TRUYỆN PHẬT THÍCH-CA

TRUYỆN PHẬT THÍCH-CA
ĐOÀN TRUNG CÒN
Nguyễn Minh Tiến hiệu đính và giới thiệu

ĐOÀN TRUNG CÒN

TRUYỆN PHẬT THÍCH CA

NGUYỄN MINH TIẾN *hiệu đính*

NHÀ XUẤT BẢN LIÊN PHẬT HỘI

LỜI NÓI ĐẦU

Đức Phật Thích-ca Mâu-ni ra đời cách đây đã hơn 25 thế kỷ. Những gì ngài để lại cho cho chúng ta qua giáo pháp được truyền dạy khắp năm châu là vô giá, và đã thực sự làm vơi đi rất nhiều khổ đau trong cuộc sống toàn nhân loại.

Mặc dù vậy, việc tái hiện cuộc đời ngài qua một khoảng cách thời gian quá dài thật không phải là chuyện dễ dàng. Những phát hiện gần đây của khoa học khảo cổ đã xác định chắc chắn sự ra đời của ngài vào năm 624 trước Công nguyên, đặc biệt là với trụ đá có khắc chữ do vua A-dục dựng lên tại thánh tích *Lam-tì-ni* (*Lumbini*). Tuy nhiên, những chứng cứ ấy cũng không thể giúp chúng ta hình dung được rõ nét về cuộc đời đức Phật, qua từng giai đoạn sinh ra, lớn lên, tu tập và thành đạo, để cuối cùng là truyền dạy giáo lý giải thoát, khai sinh ra đạo Phật được truyền thừa mãi mãi đến nay.

Cách đây hơn nửa thế kỷ, học giả Đoàn Trung Còn đã giúp chúng ta làm điều đó, qua việc khảo sát các kinh điển và tài liệu liên quan, đồng thời kết hợp với trí tưởng tượng và óc quan sát, miêu tả tinh tế để hình thành tập sách "Truyện Phật Thích Ca" này. Cho dù còn nhiều hạn chế do thời điểm ra đời, cũng như với thể loại truyện tích được chọn không mang tính sử liệu, nhưng tập sách vẫn có giá trị giới thiệu được với đông đảo bạn đọc về cuộc đời đức Phật, bậc Đạo sư đã chỉ ra con đường thoát khổ cho nhân loại. Bằng lối văn giản dị dễ hiểu và việc loại bỏ những kiến thức quá sâu xa, phức tạp đối với giới bình dân, tập sách đã một thời được đông đảo độc giả ưa thích tìm đọc.

Trong lần tái bản này, chúng tôi đã hiệu đính lại tập sách trên tinh thần giữ lại những điểm tinh túy của tác giả, nhưng có điều chỉnh bổ sung một số kiến thức cập nhật, cũng như nhuận sắc lại phần văn chương cho phù hợp hơn với độc giả hiện nay. Hy vọng là với những cố gắng đó, tập sách sẽ tiếp tục là món quà tinh thần bổ ích cho những ai bước đầu muốn tìm hiểu về đạo Phật và cuộc đời đức Phật Thích-ca.

Cho dù đã hết sức thận trọng trong công việc, nhưng với những giới hạn nhất định về trình độ cũng như năng lực, e rằng cũng không tránh khỏi ít nhiều sai sót. Chúng tôi chân thành đón nhận mọi sự góp ý từ quý độc giả gần xa để tập sách có thể hoàn thiện hơn nữa trong những lần in sắp tới.

Những người thực hiện

HỒI THỨ NHẤT

1. VUA TỊNH-PHẠN VÀ HOÀNG HẬU MA-DA

Khi xưa, ở cõi Ấn Độ, gần dãy *Hy-mã-lạp* sơn có một thành đẹp đẽ vô cùng tên là thành *Ca-tỳ-la-vệ*.[1] Quang cảnh nơi đây rực rỡ, trong vườn hoa thơm đủ sắc, bên tường có tiếng quyên gọi đầu cành, nhà cửa lầu đài tươi xinh sắc sảo. Đâu đâu cũng đều được phong phú, yên vui. Châu gấm, ngọc ngà chiếu ra sáng lòa, hòa với vẻ đẹp của gái tốt trai lành, với dinh thự nguy nga, với vầng thái dương tươi đẹp, với bóng trăng dịu hiền trên những cành mai cụm liễu.

Khắp trong thành, nhân dân đều được bình yên vui sống. Dưới thì dân cư vừa hát hò vừa cày cuốc, cùng nhau dệt vải hái dâu, trên thì có vua *Tịnh-phạn*[2] là người đại độ khoan dung, hiền hậu và công bình. Trước kia, ngài là bậc chinh chiến xông pha, đã từng khoác áo cầm binh mà dẹp an bờ cõi. Nay nước được hòa thạnh, ngài lo việc trị quốc một cách tốt đẹp và có được nhiều tôi trung phò giúp.

---

[1] Ca-tỳ-la-vệ: Tiếng Phạn là Kapilavastou. Ca-tỳ-la (Kapila): Màu vàng. vệ (vastou): kinh đô.

[2] Tiếng Phạn là Coudhodana –Bậc trong sạch ưa bố thí, bậc bố thí trong sạch.

Ngài là dòng *Thích-ca*,[1] chánh hậu là bà *Ma-da*,[2] người có sắc đẹp, lại đức độ. Vua và hoàng hậu đối đãi tương kính nhau và cả hai đồng lo việc phúc lợi cho nước nhà.

Một hôm, hoàng hậu tắm gội sạch sẽ, mặc áo đoan trang, thoa ướp hương hoa, đeo đồ quí xảo, tìm đến chỗ vua. Ngài ngự trong một cung điện rộng lớn, có những nhạc công đang ca hát và đàn địch cho ngài nghe. Hoàng hậu đến ngồi phía bên phải nhà vua và tâu rằng: "Muôn tâu bệ hạ, thần thiếp muốn cầu xin bệ hạ một điều."

Vua phán rằng: "Ái hậu hãy nói đi, hậu muốn trẫm ban cho điều chi?"

"Tâu Bệ hạ! Thần thiếp trông thấy người đời phải lắm nỗi khổ nên thần thiếp thật đem lòng chán ngán. Từ đây, thần thiếp muốn lo việc giúp đỡ mọi người và tu dưỡng tính tình, để mong sao sau này không còn những sự tham đắm trần tục nữa. Thần thiếp sẽ dứt bỏ lòng tự cao, không còn chạy theo những điều dục vọng, sẽ không nói những lời vô nghĩa và bao giờ cũng trọng danh dự lời nói của mình.

"Tâu Bệ hạ! Thần thiếp muốn cho đời mình từ đây sẽ trở nên trang nghiêm, tịnh lạc. Thần thiếp sẽ siêng trì trai giới, không còn oán hận, bỏ lòng dữ, không còn những lo âu, đố ky, giận hờn, tham lam. Thần thiếp sẽ

---

[1] Tiếng Phạn là Sakya

[2] Tiếng Phạn là Māya, có nghĩa là huyễn, thuật.

vui vẻ hài lòng với cuộc sống của mình, với số phận. Thần thiếp sẽ cố gắng để trở nên trong sạch, theo đường tốt đẹp mà tiến lên, làm việc phước thiện."

Bà ngưng lại giây lát. Đức vua nhìn bà, mỉm cười với vẻ trân trọng. Bà nói tiếp:

"Từ đây thần thiếp không còn muốn đắm chìm trong những cuộc vui ở cõi đời. Thần thiếp chỉ muốn duy trì những bạn đồng tâm hợp ý, chẳng muốn phải gặp mặt kẻ xấu xa, chẳng muốn giao tiếp những kẻ đê hèn."

Rồi hoàng hậu im lặng. Vua phán rằng:

"Điều ái hậu vừa tâu đó, ta nghe rất hài lòng."

Hoàng hậu đứng dậy và tâu rằng:

"Thần thiếp cảm tạ lòng thương của hoàng thượng. Mong rằng hoàng thượng cũng sẽ mở lòng mà xá tội cho những kẻ tội phạm đã biết ăn năn hối cải, lại bố thí cho những kẻ đói rách, hoàng thượng sẽ rộng ban ân đức cho dân được nhờ."

Đức vua gật đầu chấp thuận. Hoàng hậu bèn lui về cung.

2. HOÀNG HẬU NẰM CHIÊM BAO

Một hôm, nhằm vào đầu mùa xuân, hoàng hậu nằm mộng chợt thấy một điềm chiêm bao lạ.

Bà thấy một con voi trắng lớn từ trên trời bay xuống, đầu có ba cặp ngà. Voi trắng bay thẳng vào lòng hoàng hậu. Liền đó, cả ngàn vị thần tiên hiện xuống vây quanh và ca tụng bà. Lúc bấy giờ bà nghe trong người bỗng nhiên thật thanh thoát, nhẹ nhàng, chẳng còn biết sầu lo oán hận gì cả.

Khi bà thức dậy thì những giọng hát, những tiếng nói thanh thanh dường như hãy còn văng vẳng bên tai. Lòng bà tự dưng vui mừng khôn xiết, liền hiểu rằng điềm mộng lành này hẳn báo trước cho một điều vui sắp tới.

Bà vội bước ra khỏi đền, có mấy cô mỹ nữ xinh đẹp theo hầu. Bà đi ngay ra vườn hoa, cho người báo cùng đức vua.

Đức vua được tin liền ngự đến vườn hoa ngay khi ấy.

Vừa đến nơi, nhà vua bỗng có một cảm giác rất lạ lùng. Vua thấy trong người ngây ngất, chân muốn quỳ, tay run rẩy, mắt như lòa đi.

Ngài nghĩ rằng: "Ta đã từng vào sanh ra tử, không bao giờ run sợ như lần này, cho đến mức bước đi cũng không được, nói không ra lời. Điều này là do đâu, ta thật không hiểu nổi!"

Vừa lúc ấy, trên thinh không có tiếng nói vang lên rằng:

"Ta mừng cho vua *Tịnh-phạn*! Ngài sắp có một người con là bậc cứu độ chúng sanh trong cõi trầm luân. Vị cứu tinh ấy sắp sanh vào gia đình của ngài, là một gia đình đạo đức cao trổi nhất trên đời, và làm con của vị hoàng hậu hiền từ đức độ nhất trên đời."

Vua nghe âm thanh ấy, biết là tiếng của thiên thần, liền bái tạ. Rồi vua đi vào vườn hoa, trong lòng hớn hở vô cùng.

Vua gặp hoàng hậu liền hỏi rằng: "Hậu cho mời ta có việc gì chăng?"

Hoàng hậu bèn kể lại điềm chiêm bao tối qua và tâu vua xin cho mời các vị *bà-la-môn* đến đoán mộng.

Vua nghe xong liền cho người triệu đến hơn 60 vị *bà-la-môn* biết giải mộng. Cả thảy nghe xong đều tâu rằng:

"Muôn tâu bệ hạ! Thật là một điềm mộng rất lành. Theo điềm ấy, hoàng hậu chắc sẽ sanh thái tử. Ngài là bậc đáng tôn kính hơn hết trong trời đất này. Và nếu như ngày sau, thái tử thấy cuộc đời lắm nỗi tang thương mà chạnh lòng muốn cứu vớt hết thảy sinh linh, bèn từ bỏ ngôi báu, đền đài, dứt niềm luyến ái, đem thân làm một tu sĩ đi tìm đạo, thì ngài sẽ trở thành bậc mà muôn đời về sau thờ kính và sùng bái."

Vua và hoàng hậu nghe qua rất mừng, liền phát tâm bố thí cho nhân dân thật nhiều lương thực, vải vóc và tiền của.

Quả thật, sau điềm mộng đó, hoàng hậu thấy trong người đổi khác và biết mình đã thọ thai.

Từ khi ấy, phong thổ trong thành càng thêm phần hòa dịu, những luồng gió mát thổi qua khiến cho người người đều thơ thới. Trên trời có hoa quý rơi xuống và nghe có tiếng ca hát tán tụng công đức của gia đình vua.

3. THÁI TỬ RA ĐỜI

Thời gian thấm thoát trôi qua, ngày hoàng hậu lâm bồn sắp đến. Một hôm hoàng hậu dạo vườn, thấy những hạc múa, công chầu. Bà ngồi trên kiệu mà trông ra những hoa tươi, lá đẹp, trong lòng hớn hở. Thấy vui, bà lần bước xuống kiệu, dạo quanh trong vườn. Bỗng thấy xa xa có cây hoa quý đang rực rỡ đơm bông. Bà liền đến gần, tay vịn một cành hoa toan hái. Nhưng vừa lúc ấy bà nghe trong người như ngây ngất, liền đứng lặng một hồi. Thị nữ bao quanh đỡ lấy bà, thì đã thấy chào đời một bé trai xinh đẹp. Ngay khi đó, bà tỉnh lại, mỉm cười.

Lúc ấy, không khí nơi nơi đều hoan lạc lạ thường, quả địa cầu chấn động sáu lần. Trên trời, các vị tiên nữ múa hát dịu dàng. Khắp thế giới, các thứ cây đều đơm hoa thơm, kết trái lành. Ánh sáng trên cao chói xuống rực rỡ.

Tin lành được truyền ngay sang cung vua. Đức vua vui mừng khôn xiết, liền vào ngay vườn hoa. Cùng đi có nhiều thân quyến giòng họ *Thích-ca* và nhiều thầy *bà-la-môn* uyên bác. Vua phán rằng: "Trẫm đặt tên thái tử là *Sĩ-đạt-ta*."[1]

Khi ấy, các vị *bà-la-môn* đồng thanh ca ngợi rằng:

---

[1] Tiếng Phạn là Siddharta, dịch âm là Tất-đạt-đa, có nghĩa là Bậc thành tựu hết thảy mọi điều. Hán dịch là Nhất thiết nghĩa thành.

“Thái tử ra đời, từ đây đường đời không còn chông gai. Ngài sẽ làm cho chúng sanh được thanh thản, an lạc. Thái tử ra đời, mặt trời và mặt trăng như bị lu mờ vì hào quang của ngài chiếu sáng vô cùng. Ngài sẽ làm cho cảnh trần thế trở nên quang minh. Ngài sẽ khai mở tri thức, trí khôn cho hết thảy mọi người. Ngài sẽ cứu vớt những kẻ hoạn nạn, giúp đỡ người nghèo khốn. Lửa dữ không còn đốt người, sông mê rồi sẽ cạn nguồn, quả đất nhẹ nhàng mà chấn động. Ngài sẽ là người tìm ra tường tận chân lý trong vũ trụ, khai mở con đường giải thoát cho muôn loài.”

Bấy giờ là ngày trăng tròn của tháng 4 âm lịch, vào năm 624 trước Công nguyên.

4. ÔNG TIÊN ĐOÁN VẬN MẠNG

Bấy giờ có một vị tiên nhân đã cao tuổi, tên là *A-tư-đà*.[1] Nhờ tu luyện lâu năm, ông đã đắc năm phép thần thông, có khả năng đoán biết vận mệnh trong tương lai. Từ trên núi cao, ông đã biết việc thái tử ra đời và sẽ là người cứu độ chúng sanh sau này. Ông liền xuống núi mà đi đến thành *Ca-tỳ-la-vệ*, xin vào ra mắt vua *Tịnh-phạn*.

Đức vua từ lâu đã nghe danh và rất kính trọng ông, vì biết ông là người đạo cao đức trọng, lại giỏi đoán vận mệnh. Vua liền tiếp rước ông theo đúng nghi lễ rất trang trọng và nói rằng:

"Trẫm vừa sanh thái tử, nay được đại đức đến viếng, xin vì trẫm mà đoán cho vận mệnh của thái tử về sau thế nào."

Tiên *A-tư-đà* tâu lên rằng:

"Bệ hạ là một nhà vua khoan dung, đức độ, thương kẻ nghèo khó, trọng người hiền tài, nên mới được trời ban phúc mà sanh ra thái tử.

"Bần đạo đã nghe chư thiên mách bảo rằng: Bệ hạ sanh thái tử, sau này sẽ tìm ra chánh đạo mà dẫn dắt người đời. Chính vì vậy mà bần đạo mới lặn lội đến đây mong được yết kiến thái tử."

---

[1] Tiếng Phạn là Asita, có nghĩa là: Vô tỷ, đoan chánh, trường thọ.

Nhà vua nghe qua hết sức vui mừng, liền truyền mang thái tử ra cho ông *A-tư-đà* xem mặt.

Vị tiên nhân ngắm nhìn thái tử, thấy đủ vẻ hùng lực. Xem một hồi lâu rồi trao lại cho vua mà thở dài, mắt nhuốm lệ. Đức vua lấy làm sửng sốt, liền muốn biết nguyên do mà hỏi rằng:

"Đại đức vừa nói rằng thái tử không phải người tầm thường, ngài cũng nói trẫm nhờ phúc đức mà sanh được thái tử. Ngài còn đoán sau này công nghiệp thái tử sẽ được vinh quang. Vậy vì sao ngài nhìn thái tử mà có vẻ ưu sầu, giọt lệ chứa chan, thực trẫm chưa hiểu được."

Tiên nhân *A-tư-đà* tâu rằng:

"Muôn tâu bệ hạ! Không có điều gì lo ngại cho thái tử cả. Người sẽ thành tựu muôn ngàn công nghiệp vinh quang. Điều tôi ưu sầu là vì buồn cho thân phận bất hạnh của tôi. Nay được thấy thái tử ra đời, biết rằng ngài sẽ diệt trừ nạn khổ cho hết thảy chúng sanh, song lại đã đến lúc tôi phải lìa bỏ cõi đời, không được nghe những lời vàng ngọc của ngài thuyết giảng.

"Rồi đây ngài sẽ không màng đến phú quý vinh hoa nơi chốn hoàng thành, ngài sẽ lên đường đi tìm chân lý. Tinh thần ngài sẽ tỏa sáng chói lọi trên trần thế, làm cho tan hết những điều mờ tối, lầm lạc. Ngài sẽ cứu vớt muôn người, vượt qua chốn sông mê bể khổ mà độ cho biết bao kẻ nổi chìm!

"Những kẻ nào hãy còn u ám, ngài lại dạy cho biết thương yêu, sống tốt đẹp ở đời, rồi ngài chỉ cho con đường ngay thẳng, khỏi sự lầm lạc. Còn những kẻ bị ngọn lửa lòng sân hận đốt mãi, ngài sẽ dùng một cụm mây từ ái mát lành mà làm cho nguội lạnh hẳn đi. Gặp những kẻ bị nô lệ cho lòng tham dục, ngày ngày kêu vấn than dài, ngài sẽ ra tay dùng trí tuệ phá bỏ xích xiềng tham dục, mà cứu vớt những kẻ ấy, dẫn dắt cho đến chỗ thanh thản, tự do.

"Vậy xin bệ hạ chớ lo ngại về thái tử. Chính kẻ không có diễm phúc mà nghe lời diệu lý của thái tử mới là đáng thương hại, vì vậy nên tôi sầu tủi, khóc than. Tôi đây đã dày công chịu khổ hạnh, đã bao năm tham thiền nhập định, thế mà chẳng được nghe lời quý báu và đạo lý của ngài. Ôi, dầu cho lên cõi trời cao, làm bậc tiên trưởng mà chẳng được nghe lời ngài giảng thuyết, thật cũng là đáng tiếc lắm thay!"

5. THÁI TỬ NGỰ VÀO ĐỀN THỜ THẦN

Vua *Tịnh-phạn* nghe lời tiên *A-tư-đà* rồi, thì lấy làm vui mừng cho vận mệnh thái tử về sau. Nhưng rồi liền đó, lòng vị kỷ thông thường của kẻ phàm tục lại nổi lên, khiến ngài phải lo lắng và suy nghĩ rằng: "Con ta về sau sẽ không màng những sự vui sướng trong hoàng thành, bỏ dinh thự lầu đài mà đi tu luyện ở chốn núi non tìm đạo giải thoát. Thế thì ta sẽ không có ai kế vị. Dòng họ ta phải dứt tuyệt đi chăng?"

Từ đó về sau, mặc cho bao nhiêu điều tốt đẹp, an lành luôn hiện đến từ sau ngày đản sanh của thái tử, nhưng lòng vua cứ canh cánh một mối lo. Ngài chỉ muốn làm sao cho thái tử đừng bao giờ có ý định rời bỏ cung vàng điện ngọc.

Từ khi thái tử ra đời, đất nước trở nên hưng vượng vô cùng. Ruộng đất phì nhiêu, đồng cỏ tươi xanh, kẻ cuốc người cày, kẻ cấy trồng, người dệt vải, kẻ giữ chiên, người dắt bò, thảy thảy đều được những điều tốt lành, thuận lợi. Kho vua càng đầy, thóc lúa càng nhiều, voi ngựa càng đông , quân binh càng hùng mạnh.

Trong xứ, hàng phụ nữ sanh sản êm ái, mau mắn. Người người chẳng còn tranh giành, sân hận với nhau. Ai nấy đều trở nên từ hòa và hoan lạc, thanh thản.

Hoàng hậu có lẽ là người hạnh phúc hơn hết. Tuy nhiên, chỉ qua bảy ngày sau, phần số của bà nơi thế giới này không còn nữa, bà liền mạng chung và sanh lên cảnh trời *Đao-lợi*.[1]

Bà có một người em gái tên là *Ma-ha Ba-xà-ba-đề*[2] cũng đoan trang, đức hạnh như bà. Sau khi bà mất, người dì này thương thái tử như con ruột của mình, lo lắng, trông nom cho ngài từng miếng ăn, giấc ngủ đều chu đáo.

Thái tử sống giữa nhung gấm lụa là, không thiếu một thức gì quý hiếm trong thiên hạ. Y phục toàn là gấm nhiễu, ngọc ngà, lại thêm những đồ trang sức đầy những vòng vàng, chuỗi ngọc. Thế nhưng, đeo vào mình thái tử, các thứ y phục, trang sức đều trở nên mờ nhạt, kém vẻ tốt tươi, bởi vì vẻ đẹp tự thân huy hoàng rực rỡ của ngài như lấn át đi hết thảy những gì mà người đời cho là quý đẹp nhất.

Một hôm, vua muốn đưa thái tử vào viếng đền thờ chư thần. Quân hậu vệ theo hầu rần rộ, chật đường. Kiệu hoa lộng lẫy rước ngài đi qua các dãy phố. Ngoài đường, người ta đặt bàn thờ, đốt trầm hương và rảy hoa thơm, treo cờ xí để chúc mừng. Khi đoàn kiệu đến trước đền, vua nắm tay dắt thái tử vào.

Thái tử vừa bước vào đền thờ thì những đấng thần linh nơi đây như thần *Civa*, thần *Skanda*, thần *Vishnou*,

---

[1] Đao-lợi thiên hay Tam thập tam thiên, là một trong sáu cảnh trời của cõi Dục giới.

[2] Tiếng Phạn là Mahābrajāpāti. Ma-ha nghĩa là lớn, Hán dịch là Đại, Ba-xà-ba-đề, Hán dịch là Sanh chủ.

thần *Kouvéra*, thần *Indra*, thần *Brabmā*,[1] đều đồng loạt đứng dậy nghênh tiếp và quỳ lạy trước ngài. Ngay khi ấy, trên không trung có tiếng chư thần vang lên ca ngợi rằng:

"Núi *Tu-di* đâu có hạ mình trước hòn đá cỏn con! Biển cả đâu có hạ mình trước hạt mưa nhỏ bé! Vầng thái dương đâu có hạ mình trước con đóm nhỏ lu mờ. Cũng như vậy, Đấng khai mở chánh đạo đâu có hạ mình trước các thần linh! Chúng tôi đây chỉ như hòn đá cỏn con, như hạt mưa nhỏ bé, như con đóm nhỏ lu mờ. Còn ngài như núi *Tu-di*, như biển cả, như vầng thái dương, vì ngài sẽ được sự thông thái cao thượng hơn hết. Trần thế hãy thờ kính, phụng sự ngài, trần thế sẽ được giải thoát vậy."

---

[1] Đều là những vị thần mà người đạo *Bà-la-môn* tôn sùng vào thời đó.

6. THAM THIỀN LẦN ĐẦU

Năm thái tử lên 8 tuổi, vua *Tịnh-phạn* quyết định cho ngài tham gia buổi lễ Hạ điền[1] lần đầu tiên.

Theo phong tục Ấn Độ thời bấy giờ, cứ mỗi đầu vụ mùa, người ta tổ chức một buổi lễ rất trang trọng để cầu khấn các vị thần linh cùng trời đất ban cho sự tươi tốt, bội thu. Lễ này có ý nghĩa quan trọng đối với toàn dân, vì xã hội bấy giờ sống chủ yếu dựa vào nông nghiệp. Tại nơi cử hành lễ chính, nhà vua đích thân đứng ra chủ trì, khấn vái cùng trời đất, rồi tự mình bước xuống ruộng mà đặt lưỡi cày cho đường cày đầu tiên của vụ mùa.

Sáng hôm đó, thái tử ngồi cùng một chiếc kiệu với nhà vua đi đến tham gia buổi lễ Hạ điền đầu tiên trong đời mình.

Tại nơi cử hành buổi lễ, người ta đã chuẩn bị trang hoàng rất uy nghiêm và rực rỡ, vì nhà vua cũng muốn nhân chuyến đi này làm vui lòng thái tử, khiến cho ngài càng thêm ham thích đời sống vương giả.

Vì thế, các vị quan phụ trách đã được lệnh phải tổ chức thật linh đình, vui nhộn, hơn hẳn các cuộc lễ những năm trước.

---

[1] Lễ Hạ điền cũng tương tự như tục "Xuống ruộng" của nông dân nước ta. Người nông dân thường sắm sửa một ít lễ vật, hương đèn, ra cúng vái ngay nơi bờ ruộng của mình vào mỗi đầu vụ, để cầu cho mưa thuận gió hòa, mùa màng bội thu. Ở đây, vì trở thành một quốc lễ nên quan trọng hơn nhiều, với sự tham gia chủ trì của chính đức vua.

Ngờ đâu, thái tử chẳng hề quan tâm đến những gì mà người ta đã dày công chuẩn bị. Những đèn hoa trang trí cùng cờ phướn rực rỡ, âm nhạc rền vang với các điệu múa tinh xảo lạ lùng... thảy đều không làm ngài để tâm gì đến.

Trong khi mọi người bước vào cuộc lễ, đức vua thân hành cùng các thầy *bà-la-môn* đọc kinh cầu nguyện và thực hiện các nghi thức cúng tế, thì thái tử lẳng lặng rời xa nơi lễ hội, tung tăng chạy nhảy nô đùa trên cánh đồng rộng gần nơi đó.

Lần đầu tiên rời khỏi hoàng cung, chính cảnh vật thiên nhiên tươi đẹp nơi đồng quê thôn dã lại làm ngài thấy vui thích thực sự. Dưới ánh nắng ban mai, cây cỏ xanh tươi như đều vươn lên tỏa sáng, và nghe tiếng chim ca hót rộn ràng trên những cành cao, ngài cảm nhận được sự hài hòa hơn cả những nhạc công của chốn cung đình.

Dần trưa, ánh nắng ngày càng trở nên gay gắt hơn. Thái tử đến ngồi dưới một gốc cây cao mà nhìn ra quang cảnh đồng ruộng, xa xa đang diễn ra cuộc lễ linh đình.

Sau các nghi lễ thật long trọng, vua *Tịnh-phạn* đích thân bước xuống ruộng đặt lưỡi cày cho đường cày đầu tiên. Sau đó, các lực điền bắt đầu công việc của họ. Từng cặp trâu bò to khỏe được đưa xuống ruộng để đua nhau cày đất. Người ta nô nức với không khí vừa là lễ hội, vừa là khởi đầu của một vụ mùa đầy hy vọng.

Khi các nông phu dần thấm mệt, những tấm lưng trần của họ loang loáng mồ hôi dưới ánh nắng càng lúc càng gay gắt. Những con trâu cũng không còn lanh lẹ như lúc đầu, chúng chậm bước dần đi vì mỏi mệt và vì trời trưa nắng gắt. Nông phu bắt đầu vung cao những lằn roi hung dữ và la hét để thúc đẩy chúng cất bước kéo cày.

Trên đồng ruộng, khi những lưỡi cày vỡ đất được kéo qua, các loại côn trùng bị một phen xáo động. Những con giun đất bị hất tung lên, đứt làm nhiều đoạn, quần quại trên đất. Cào cào, châu chấu và nhiều loại côn trùng khác hốt hoảng bay ra tứ tán. Khi ấy, nhiều loài chim lớn nhỏ khác nhau đều chực sẵn trên những cành cây ven ruộng. Rồi chúng bay vụt xuống, đớp lấy những con mồi bé nhỏ thảm thương không nơi ẩn náu...

Trong khi tất cả những cảnh ấy diễn ra thật bình thường và tự nhiên đến mức chẳng làm ai quan tâm đến, thì vị thái tử tám tuổi đầu kia lại chẳng thể nào xao lãng nổi. Ngài ngồi yên lặng dưới bóng cây, nhìn tất cả quang cảnh với một sự thương cảm dâng tràn.

Ngài thấy thương xót cho những nông phu đang phơi lưng trần dưới nắng, trong khi quan lại và những người trong hoàng tộc chè chén say sưa có tàn che lọng phủ. Cuộc sống của họ nhọc nhằn vất vả chỉ để vừa đổi lấy chén cơm manh áo, thật đáng thương biết bao.

Ngài lại thấy thương xót cho sinh mạng của những côn trùng bé bỏng, như bất lực trước cuộc cạnh tranh khốc liệt để sinh tồn.

Ngài trầm ngâm suy nghĩ và chợt nhận ra một quy luật khắc nghiệt trong sự tồn tại của muôn loài. Những người nắm giữ sức mạnh sẽ đè bẹp những kẻ thấp hèn để giành lấy đời ấm no sung sướng; cũng như những loài mạnh mẽ hơn sẽ cướp đi mạng sống của những loài nhỏ bé khác để nuôi dưỡng cuộc sống của chính mình.

Và dòng suy tư của thái tử tiếp tục với những điều chiêm nghiệm sâu xa hơn nữa về cuộc sống và ý nghĩa của nó. Ngài lấy làm băn khoăn trước cảnh tranh sống giữa muôn loài và tự hỏi có lẽ nào con người sinh ra rồi chết đi chỉ để trải qua một cuộc tranh giành như thế?

Một hồi lâu, ngài chuyển sang tư thế ngồi kết già dưới bóng cây và tập trung tư tưởng hoàn toàn vào những suy tư chiêm nghiệm của mình. Ngài đã nhập định lần đầu tiên trong đời mình ngay dưới bóng cây này, báo trước một tương lai chuyển hóa tươi đẹp cho nhân loại và cho cả muôn loài.

Buổi sáng dần qua đi, rồi buổi trưa, và giờ đây mặt trời đã chếch nhiều về phương tây, nhưng lạ thay, bóng cây che mát chỗ ngài ngồi tham thiền vẫn còn nguyên đó, không chuyển dời đi theo sự dịch chuyển của mặt trời.

Đức vua *Tịnh-phạn* không biết thái tử đi đâu, bèn sai người đi tìm khắp nơi. Mọi người tìm đến, thấy ngài đang trong cơn thiền định, với vẻ mặt thanh thoát hiền từ. Tất cả đều yên lặng đứng nhìn và lấy làm kinh ngạc khi thấy trời đã xế rồi mà cái bóng che cho thái tử hãy còn nguyên nơi vị trí của buổi sáng.

Có người liền trở về báo tin cho vua hay. Vua lập tức ngự ra tận nơi, rồi yên lặng đứng chiêm ngưỡng vẻ đẹp của thái tử khi ngài ngồi nhập định. Ngài bảo tùy tùng rằng:

"Thái tử ngồi đây, đẹp đẽ và uy nghi như một đỉnh núi. Vẻ mặt từ hòa và sáng suốt này báo trước việc thái tử sẽ trở nên ánh đuốc sáng trong đời. Trẫm rất mừng khi thấy thái tử nhập định, và cũng rất lo lắng mà biết rằng lời dự báo của tiên *A-tư-đà* hẳn là không sai. Một ngày không xa có lẽ thái tử sẽ không còn ở mãi nơi hoàng cung này cùng trẫm nữa."

7. VIỆC HỌC CỦA THÁI TỬ

Khi thái tử lớn lên, vua cho ngài học chung các vị công tử trong giòng họ *Thích-ca*, do thầy *bà-la-môn* thông thái nhất lúc bấy giờ là *Tỳ-xa-bà-mật-đa-la*[1] chủ trì việc dạy dỗ, cùng với nhiều vị *bà-la-môn* thông thái khác nữa để dạy cho ngài đủ các môn học.

Thái tử cực kỳ thông minh. Ngài học ít hiểu nhiều, tiếp thu nhanh chóng những kiến thức từ các vị thầy dạy mà không cần họ phải nhọc công giảng giải nhiều. Ngài lại còn thường xuyên đặt ra rất nhiều câu hỏi sâu sắc bất ngờ, khiến cho các vị giáo sư đều phải lúng túng.

Thái tử tinh thông toàn diện các môn học. Ngài được học cả những môn như âm nhạc, hội họa, văn học, triết học..., là những môn giúp phát triển tâm hồn thanh cao. Đồng thời, ngài cũng học hết thảy các môn võ nghệ, binh pháp như cưỡi ngựa, bắn cung, múa kiếm... Với các môn này, ngài cũng luôn luôn tỏ ra xuất sắc nhất trong những người cùng học.

Vào thời bấy giờ thì thánh kinh *Vệ-đà*[2] của đạo *Bà-la-môn*, với bộ sách triết học *Áo nghĩa thư*[3] được xem là những tinh hoa triết lý cao tột nhất. Kinh *Vệ-đà* có cả thảy 4 bộ, mà *Áo nghĩa thư* là bộ cao trổi hơn hết. Thái tử nhanh chóng tiếp thu trọn vẹn hết thảy những điều

---

[1] Tiếng Phạn là Vicvāmitra.

[2] Tiếng Phạn là Vedas.

[3] Tiếng Phạn là Upanishad.

thâm áo nhất trong những bộ sách này, nhờ các vị danh sư hết lòng chỉ dạy. Cho đến khi các vị không còn gì để giảng giải, thái tử bắt đầu chất vấn các vị hàng loạt vấn đề về cuộc sống, về nhân sinh cũng như nhiều vấn đề triết học siêu hình khác. Không ai trong các vị *bà-la-môn* thông thái có thể đưa ra những lời giải đáp làm ngài thỏa mãn. Học vấn của ngài như vượt lên trên tất cả những vị thông thái nhất của thời bấy giờ.

8. LÒNG NHÂN ÁI CỦA THÁI TỬ

Thái tử *Sĩ-đạt-ta* rất thích được gần gũi với những cảnh thiên nhiên thoáng mát, rộng rãi. Vì thế, trong những lúc rãnh rỗi ngoài giờ học ngài thường dạo chơi trong vườn hoa phía sau. Khu vườn rộng này của hoàng cung có nuôi nhiều loại thú để tạo ra khung cảnh thiên nhiên hoang dã. Khi thái tử một mình lẳng lặng ra đây dạo chơi, vẻ từ hòa, nhân ái của ngài làm cho các loài thú đều cảm thấy thân thiện nên hay đến gần để được ngài vuốt ve trìu mến.

Một hôm, thái tử đang dạo chơi trong khu vườn như thường lệ thì bỗng thấy một con chim từ trên trời rơi xuống. Chim bị trúng một mũi tên, máu chảy ướt cả cánh. Nhìn con chim giãy giụa đau đớn trên mặt đất, thái tử vô cùng xúc động, thương xót. Ngài chạy vội đến, bế chim lên, rút mũi tên ra và xé một mảnh vải áo đắp chặt vào vết thương cho máu ngừng chảy.

Rồi ngài vội vã mang chim về cung, sai thị nữ chạy tìm thuốc đắp lên vết thương và săn sóc cho chim. Ngay khi ấy thì có chàng *Đề-bà-đạt-đa*[1] tìm đến, tay vẫn còn cầm một cây cung. Chính *Đề-bà-đạt-đa* đã bắn mũi tên trúng con chim, vì thế anh ta đang đi tìm chỗ chim rơi để nhặt thì gặp thái tử.

---

[1] Tiếng Phạn là Devadatta, người em họ của thái tử, tánh tình hung ác, bạo ngược, về sau này trở thành kẻ đối nghịch với ngài gần như suốt đời.

Đề-bà-đạt-đa khăng khăng đòi lại con chim, nhưng thái tử cương quyết không giao cho anh ta. Lòng nhân ái đã khiến ngài trở nên kiên quyết lạ thường. Ngài biết rằng con vật bé nhỏ ấy đang cần sự che chở của ngài để được toàn mạng sống.

Không lấy được con chim, *Đề-bà-đạt-đa* không chịu bỏ cuộc. Chàng đi tìm các vị lão thần trong triều để nhờ phân xử. Thật là một vụ tranh cãi rất khó xử, vì cả hai chàng đều là con cưng trong hoàng tộc. Sau khi xin ý kiến của vua *Tịnh-phạn,* các vị liền cho mời cả hai người đến, tuyên bố rằng:

"Bây giờ chúng tôi sẽ lắng nghe cả hai người công khai tranh cãi. Nếu ai đưa ra được những lý lẽ xác đáng và có tính thuyết phục hơn thì con chim thuộc về người đó."

Vốn tính nóng nảy, *Đề-bà-đạt-đa* không nhịn được liền bước ra xin nói trước. Anh ta nói:

"Chim bay trên trời, cá lội dưới nước, vốn dĩ không thuộc về ai cả. Nay chính tôi bắn rơi được con chim, thái tử cũng công nhận điều đó. Như vậy nó phải thuộc về tôi, có lý nào lại thuộc về người khác?"

Các vị lão thần đều lặng thinh trước lập luận đó. *Đề-bà-đạt-đa* rất hả dạ, cho rằng chuyến này thái tử hẳn phải một phen bẽ mặt, vì chắc chắn phải giao con chim cho mình rồi.

Khi ấy, thái tử điềm đạm bước ra nói:

"Hết thảy muôn loài đều tham sống mà sợ chết. Mạng sống của bất cứ ai cũng đều là quý giá, không nên đoạt mất. Quả đúng là *Đề-bà-đạt-đa* đã bắn rơi con chim này. Trước đó, nó tự do bay lại trên bầu trời cao rộng với đôi cánh của mình. Nay vì một mũi tên của *Đề-bà-đạt-đa* mà nó phải mang thương tích suýt mất mạng, hiện vẫn còn cần đến sự chăm sóc thuốc thang. Như vậy, *Đề-bà-đạt-đa* rõ ràng là kẻ thù của chim. Còn tôi, gặp chim trong tình trạng nguy khốn nên cứu lấy mạng sống, nhờ người chăm sóc cho nó. Như vậy, tôi chính là ân nhân của chim. Xin hỏi các vị, nếu phải giao phó những bệnh nhân đang cần chăm sóc thuốc thang, thì các vị sẽ giao cho kẻ thù của họ hay giao cho ân nhân của họ?"

Các vị lão thần đồng thanh đáp:

"Tất nhiên là không thể giao cho kẻ thù được."

Đề-bà-đạt-đa giận đến tái mặt, nhưng không còn lời nào để nói trước lập luận chặt chẽ của thái tử, liền lặng lẽ bỏ đi.

Các vị lão thần thảy đều khâm phục tài biện luận của thái tử, và càng khâm phục hơn nữa trước tấm lòng nhân ái bao la, thương người, thương vật của ngài.

9. TÀI NĂNG CỦA THÁI TỬ

Toàn cõi Ấn Độ thời bấy giờ phân tán làm nhiều nước, luôn tranh chấp, giành giật biên giới của nhau, ít khi được yên ổn. Đất nước mà vua *Tịnh-phạn* đang trị vì chỉ là một vương quốc nhỏ, so với 16 cường quốc khác đương thời, và nhiều nước nhỏ khác nữa cũng luôn sẵn sàng gây hấn, lấn chiếm đất đai.

Chính vì vậy, các vị vương tôn công tử luôn luôn phải được chú ý đào luyện các môn võ thuật, quân sự. Ngoài việc học tập và rèn luyện, thỉnh thoảng nhà vua còn tổ chức những cuộc tranh tài để kích thích tinh thần học tập của mọi người, đồng thời cũng để chọn ra người tài giỏi mà dùng khi hữu sự.

Khi thái tử đã học xong các môn võ nghệ, vua Tịnh-phạn quyết định tổ chức một cuộc tranh tài để cho thái tử thi thố tài năng, vì ngài rất hài lòng khi nghe các vị giáo sư báo cáo về năng lực học tập của thái tử.

Cuộc tranh tài được tổ chức hết sức long trọng. Phần thưởng cho người vô địch lần này là một con voi trận màu trắng rất quý giá. Tham gia tranh tài có tất cả các vị vương tôn, công tử cũng như các bậc anh tài tuấn kiệt đương thời. Ai ai cũng náo nức muốn được một lần thi thố tài năng trước công chúng.

Vận động trường được xây dựng trên một quãng đất trống rộng mênh mông, đủ chỗ cho tất cả các môn thi như chạy bộ, đua ngựa, bắn cung, và nhiều môn khác nữa. Nhưng đặc biệt nhất là môn cưỡi ngựa vượt chướng ngại vật, vì con ngựa mà tất cả các thí sinh buộc phải sử dụng là một con ngựa chứng rất khó cưỡi.

Vì cuộc tranh tài lần này có sự tham gia của thái tử *Sĩ-đạt-ta*, nên vua *Tịnh-phạn* đã đích thân đến dự. Ngài muốn tận mắt chứng kiến tài năng của đứa con trai yêu quý của mình.

Qua hầu hết các môn thi, thái tử dễ dàng dẫn trước tất cả những người khác, thậm chí bỏ rất xa, chẳng ai theo kịp. Cuối cùng, còn lại hai môn gay cấn nhất là bắn cung và cưỡi ngựa.

Trong môn bắn cung, sau khi tất cả các thí sinh đều đã ra đấu trường thi thố tài năng, thái tử mới là người ra thi sau cùng. Mọi người đều hồi hộp chờ đợi xem thái tử có vượt qua được thành tích của những người đi trước hay không.

Thật bất ngờ, không ai trông thấy được mũi tên bay ra về đích cả, vì cây cung đã gãy đôi ngay khi cánh tay rắn chắc của thái tử vừa giương lên. Ban tổ chức hối hả đổi ngay ra một cây cung khác, nhưng lần này cũng chẳng khá gì hơn. Với sức mạnh phi thường của mình, thái tử liên tục làm gãy hết một loạt những cây cung mà ban tổ chức đã chuẩn bị sẵn nơi đấu trường. Mọi người đều bối rối trước tình huống không ai có thể lượng trước này.

Trên đài cao, vua *Tịnh-phạn* đã chứng kiến hết mọi việc. Ngài lập tức ra lệnh cho các lực sĩ đến ngay đền thờ cạnh thế miếu mang cây cung thần bằng đồng của dòng họ *Thích-ca* đến. Cây cung này được đúc ra từ nhiều đời trước, vẫn để thờ trong đền vì thực tế chưa thấy ai đủ sức mạnh để giương cung lên. Chỉ riêng việc mang cung đến đấu trường đã phải cần đến 8 người lực sĩ.

Khi cây cung được khiêng đến, vua *Tịnh-phạn* bắt đầu thấy lo ngại vì chính ngài cũng không thể tin được là thái tử sẽ giương nổi cây cung khổng lồ này, nói gì đến việc bắn chính xác để đoạt giải.

Thế nhưng, với thần sắc thật ung dung, thái tử thản nhiên bước đến bên cạnh cây cung và cúi người nhấc cung lên. Ngài lắp mũi tên thép vào cung một cách chậm rãi, thong thả, như người ta đang làm một công việc gì rất là nhàn hạ.

Mục tiêu là 7 cái trống đặt liên tiếp nhau ở vừa tầm bắn. Mũi tên phải xuyên đúng tâm điểm của cái trống đầu tiên, và đủ mạnh để xuyên thủng cả 7 cái trống mà vẫn còn giữ ở vị trí tâm điểm của cái trống cuối cùng. Khi đã đạt được yêu cầu này rồi, quãng đường mà mũi tên còn tiếp tục bay sau khi xuyên qua 7 cái trống cũng sẽ đưa vào thành một yếu tố tính điểm.

Với một dáng điệu tuyệt đẹp trên đấu trường, thái tử thong thả buông cung. Mũi tên xuyên vút qua đúng tâm điểm cả 7 cái trống và tiếp tục bay đi thêm một quãng xa. Vì trước đó chưa ai làm được điều này, nên ban tổ chức hầu như không cần quan tâm đến đoạn đường xa phía sau những cái trống. Thái tử đương nhiên đoạt giải quán quân môn này.

Tiếp đó là môn cưỡi ngựa vượt chướng ngại vật. Với các tay cự phách tham gia cuộc thi này thì những chướng ngại đã dựng ra trên đường để họ vượt qua dường như không có gì khó khăn lắm. Nhưng điều khắc nghiệt trong cuộc thi là họ không được chọn con ngựa nào khác ngoài con ngựa chứng cực kỳ hung hãn mà ban tổ chức đã mang đến.

Nhiều thí sinh lần lượt ra thi đấu. Thậm chí không ai ngồi được lên lưng ngựa. Nó đã lồng lên và hất tung họ xuống ngay khi còn chưa chạm được đến yên ngựa. Có người ngã đau quá đến chấn thương phải được đưa đi săn sóc ngay.

Đề-bà-đạt-đa là một người có sức mạnh kinh hồn và rất giỏi trong môn cưỡi ngựa. Nhưng anh ta cũng chỉ vừa ngồi yên trên lưng ngựa chưa bao lâu thì bị hất rơi xuống đất. Cũng may là anh chưa bị thương tích gì.

Chứng kiến cảnh nguy hiểm đó, ban tổ chức bàn thảo cùng nhau và đưa ra đề nghị là thái tử *Sĩ-đạt-ta* không cần tham gia môn thi này. Họ thực sự lo lắng cho sự an toàn của thái tử, người con một của đức vua *Tịnh-phạn*, người sẽ nối ngôi trị vì vương quốc.

Tuy nhiên, thái tử vẫn thản nhiên. Ngài bảo là không cần như thế, và ngài muốn tham gia đầy đủ các môn thi bình đẳng như bao nhiêu người khác.

Thái tử thong thả tiến bước đến bên con ngựa. Nhưng thay vì nắm lấy dây cương như những người khác, ngài chỉ lấy tay vuốt bờm ngựa và nói với nó mấy lời êm ái như với một người bạn chí thân. Con ngựa như hiểu được lời ngài, nó phất đuôi nhè nhẹ qua lại mấy cái rồi thè lưỡi liếm tay ngài. Bấy giờ, thái tử mới ung dung lên ngựa. Ngài thậm chí chưa cười đi ngay mà còn quay nhìn quanh chào tất cả mọi người. Rồi ngài cho ngựa chầm chậm bước đi mấy bước, trước sự hồi họp của tất cả khán giả đến xem. Con ngựa bỗng trở nên ngoan ngoãn lạ thường, không còn một chút dáng vẻ hung hăng nào trước đó.

Khi thái tử bắt đầu cho ngựa phóng nhanh, con ngựa như hừng chí muốn bộc lộ hết tài năng của nó. Ngựa vượt qua các chướng ngại vật một cách hết sức dễ dàng và phóng nhanh vùn vụt đến chóng mặt. Tuy nhiên, thái tử ngồi trên ngựa thấy êm ái như nó đang đi từng bước nhẹ.

Thái tử vượt qua hết đoạn đường quy định và quay ngựa trở lại đến trước lễ đài trong tiếng hoan hô vang dậy của công chúng.

Ngài đoạt chức vô địch toàn diện trong cuộc thi tài này.

Sau đó, thái tử cưỡi con voi trắng quý giá là phần thưởng dành cho người thắng cuộc, đi dạo khắp các phố phường trong kinh thành.

Dân chúng đổ xô ra xem mặt vị thái tử tài ba và cũng là vị vua tương lai của họ.

Sau lần dự cuộc tranh tài ấy, danh tiếng về tài năng của thái tử vang dội khắp mọi nơi trong nước, ngoài nước.

10. THÁI TỬ CƯỚI VỢ

Vua *Tịnh-phạn* vẫn nhớ mãi những lời dự đoán của tiên nhân *A-tư-đà* khi thái tử mới ra đời. Nhưng lòng vua không nỡ tin rằng rồi đây thái tử sẽ bỏ cung vàng điện ngọc mà ra đi.

Vua bèn suy nghĩ tìm mọi cách để ràng buộc, níu kéo thái tử ở lại với cuộc sống hoàng cung. Ngày kia, vua quyết định sẽ cưới vợ cho thái tử, cho rằng đó là một cách hữu hiệu để trói buộc ngài. Vua triệu thái tử vào và dạy rằng:

"Nay con đã lớn tuổi, phải lo liệu việc lập gia đình. Nếu con vừa ý nơi nào, cha sẽ định liệu cho."

Thái tử tâu rằng:

"Việc ấy con xin tùy quyền quyết định của phụ vương."

Vua *Tịnh-phạn* liền truyền cho các quan gấp rút tiến hành việc chọn vợ cho thái tử.

Tin mừng loan ra, khắp nơi trong nước nhân dân đều náo nức. Theo tục lệ bấy giờ, người được thái tử chọn làm vợ có thể thuộc vào một trong ba giai cấp. Đó là giai cấp *bà-la-môn*, giai cấp *sát-đế-ly*, tức là dòng vua chúa, và giai cấp trưởng giả. Tuy nhiên, những công chúa các nước láng giềng hẳn là những người nuôi nhiều hy vọng hơn cả.

Với tài ba và trí tuệ của thái tử vốn đã nổi tiếng khắp nơi vào lúc đó, nên các vị công nương đài các nghe tin thái tử sắp chọn vợ thì từ khắp bốn phương đều đổ về đông vô kể. Ai ai cũng hy vọng được lọt vào tầm mắt của vị thái tử tài ba, anh tuấn, vị vua tương lai của dòng *Thích-ca*.

Ngày chọn vị hoa khôi làm vợ thái tử rồi cũng đến. Người ta treo đèn kết hoa ở khắp mọi nơi trong kinh thành. Người ta tổ chức nhiều cuộc vui để chào mừng ngày trọng đại này. Và quan trọng hơn hết, người ta xây dựng một quãng trường rộng lớn và đẹp đẽ, lộng lẫy, huy hoàng, là nơi thái tử sẽ đích thân đến chọn người bạn trăm năm của mình.

Giữa quảng trường là một lễ đài cao rộng. Trên đó, thái tử ngồi sau một cái bàn rộng và dài, trên chất đầy những đồ châu báu quý giá đủ loại. Tất cả các vị công nương, công chúa đến dự buổi thi tuyển này đều đã chuẩn bị những bộ y phục lộng lẫy nhất, xinh đẹp nhất, cùng với những đồ trang sức đẹp nhất của họ. Từng người một từ từ tiến lên lễ đài, thướt tha lướt nhẹ chầm chậm đến chỗ thái tử, và dừng lại ngay trước mặt ngài để nhận lấy một món quà tặng do ngài trao tặng.

Thái tử ngồi đó quan sát từng người, và rồi tự tay ngài chọn lấy một trong các món đồ châu báu trên bàn, mà ngài cho là thích hợp với người đó để trao tặng. Tất nhiên là những người đẹp hơn sẽ nhận được những món quà giá trị hơn.

Khi đến lượt nàng công chúa tên *Da-du-đà-la*[1] tiến lên lễ đài và đến chỗ thái tử, thì ngài bỗng bối rối mà nhận ra trên bàn không còn một món báu vật nào nữa cả. Cũng đồng thời ngay trong lúc ấy, ngài nhận ra vẻ đẹp duyên dáng, kín đáo của *Da-du-đà-la* mà không một vị công nương, công chúa nào trước đó có thể sánh bằng.

Trong khi thái tử còn chưa hết cơn ngẩn ngơ và bối rối, thì công chúa đã dịu dàng bước đến bên và lên tiếng hỏi ngài: "Thưa thái tử, ngài có gì để tặng cho em chăng?"

Thái tử bỗng nảy ra một ý, ngài bảo: "Xin công chúa hãy bước lại gần đây hơn nữa."

Khi công chúa *Da-du-đà-la* bước đến đứng sát cạnh bên ngài, thái tử liền cởi xâu chuỗi ngọc đang đeo trong mình ra và tự tay đeo vào cổ cho nàng.

Cả đại hội cùng vỗ tay hoan hô vang dội. Người người đều hiểu ra là thái tử đã ngầm công bố sự chọn lựa của mình. Cuộc thi tuyển chấm dứt trong không khí tưng bừng vui vẻ và vua *Tịnh-phạn* tuyên bố việc chuẩn bị tiến hành hôn lễ trong mùa thu sắp tới.

Năm ấy, thái tử tròn hai mươi bốn tuổi.

---

[1] Tiếng Phạn là Yaśodharā.

11. NHỮNG KHOÁI LẠC CHỐN KINH THÀNH

Sau khi thái tử cưới vợ, vua *Tịnh-phạn* lấy làm vui mừng lắm. Ngài cũng hài lòng về công chúa *Da-du-đà-la*, một trang quốc sắc thiên hương, tính nết lại thùy mỵ, đoan trang, hiền từ rất mực. Nhà vua cho rằng với một người vợ như thế thì thái tử hẳn không bao giờ còn có thể nảy ra ý nghĩ từ bỏ kinh thành được nữa.

Mặc dù vậy, nhà vua vẫn chưa hết lo âu. Ngài còn muốn tạo thêm những mối dây thắt buộc chắc chắn hơn thế nữa, để đảm bảo là thái tử vĩnh viễn không bao giờ lìa bỏ cung vàng điện ngọc. Với sự góp ý của nhiều vị *bà-la-môn* thông thái, nhà vua quyết định rằng phải tìm mọi cách làm cho thái tử luôn luôn đắm chìm trong những cuộc vui, tận hưởng những khoái lạc có thể có được nơi trần thế, để thái tử không có bất cứ thời gian nào mà nghĩ đến việc ra đi.

Vua truyền cho các nhạc công, vũ nữ ngày đêm tổ chức những cuộc vui trong cung. Vua lại xây cất cho thái tử ba khu biệt thự ở ba nơi khác nhau: một ở nơi khí hậu ấm áp để cho thái tử nghỉ lúc mùa Đông, một trên đồi cao mát mẻ, cây cối xanh tốt, để cho thái tử tránh nắng mùa Hạ, và cái thứ ba thì xây dựng phù hợp để thái tử ở trong mùa mưa. Thái tử và vợ thường xuyên chuyển đến ở một trong ba nơi ấy, lúc nào cũng cảm thấy khí hậu quanh mình mát mẻ, dễ chịu.

Vua còn sai người mang đến đủ các thứ cao lương mỹ vị, gấm vóc lụa là từ khắp nơi trong nước, để cho thái tử tùy ý chọn dùng. Vua cũng mật truyền cho những người hầu cận quanh thái tử, phải luôn luôn tìm những cuộc vui mà giải trí cho thái tử, không lúc nào được để thái tử sinh ra buồn chán.

Mặc dù hài lòng với tất cả những điều khoái lạc mà mình đã tạo ra nhằm buộc chân thái tử, nhưng vua vẫn chưa yên tâm. Để vững lòng hơn nữa, ngài bèn ra lệnh nghiêm cấm không cho thái tử ra khỏi hoàng thành mà dạo chơi những chốn bên ngoài.

Tuy nhiên, vì khu biệt thự mùa Hạ được xây dựng xa chốn hoàng thành, nên vua cũng không thể hoàn toàn giữ chân thái tử được. Năm đầu tiên đến nghỉ ở khu biệt thự này trong vòng bốn tháng, nhiều chuyển biến quan trọng đã diễn ra trong tâm hồn thái tử.

Công chúa *Da-du-đà-la* rất hợp ý với chồng. Cả hai người đều chuộng cách sống giản dị, hòa đồng và đều có lòng thương người sâu đậm.

Trong kỳ nghỉ ấy, không hẹn trước mà cả hai đều có đồng một sở thích là lang thang ra các vùng nông thôn phụ cận để tiếp xúc và tìm hiểu cuộc sống dân dã.

Được thoát ra khỏi đời sống bó buộc, nặng nề của hoàng thành, sống giản dị hòa nhập với thiên nhiên bao la tươi đẹp, cả thái tử và công chúa đều thấy rất hài lòng và sảng khoái.

Cũng trong dịp này, họ lần đầu tiên hiểu ra cuộc sống nhọc nhằn, lam lũ của những người dân quê nghèo khó. Với những của cải được nhà vua hào phóng chu cấp cho, họ mang ra giúp đỡ cho dân nghèo quanh vùng.

Nhưng rồi cuối cùng, thái tử lấy làm buồn bã mà nhận ra rằng, việc cứu giúp dân nghèo bằng cách đó thật không đáng kể vào đâu so với những mảnh đời bất hạnh hầu như lan tràn khắp chốn. Ngài ngậm ngùi, ưu tư mà suy nghĩ về một giải pháp nào đó khác hơn, để có thể cứu khổ cho hết thảy mọi người. Và từ đó ngài hiểu ra sự thật giả dối về những cuộc vui xa xỉ, những khoái lạc mà vua cha ban cho ngài ở chốn hoàng cung.

12. BA LẦN GẶP KHỔ

Một hôm, vào dịp đầu xuân, có người đến tâu với thái tử rằng: "Cảnh trời hôm nay tươi sáng, bên ngoài có cỏ đẹp hoa thơm, có chim hót trên cành, lại có những cảnh vườn xanh, ruộng tốt. Người và vật đâu đâu cũng đều có vẻ tươi cười chào đón cảnh xuân. Ngài nên dạo chơi đôi chút cho thanh thản, bởi lâu ngày ở mãi trong cung thì có khác nào như ngựa kia bị nhốt mãi trong tàu."

Thái tử nghe vậy lấy làm hợp ý. Ngài liền tâu lên vua cha xin được đi xem phong cảnh ngoài thành. Vua không biết làm sao ngăn cản, đành thuận cho thái tử dạo chơi.

Nhưng vua nghĩ rằng: "Nếu để thái tử thấy những thảm trạng ngoài đường, ắt sẽ có lòng xúc động. Ta muốn cho thái tử không thấy những sự buồn, vậy nên truyền cho những dân đau khổ, những kẻ nghèo khó tật bệnh đều phải tránh ra xa."

Nghĩ rồi liền làm y như vậy, bí mật truyền cho những nơi thái tử sẽ đi qua, quan quân phải đến trước mà dẹp đường, không để cho thái tử nhìn thấy bất cứ cảnh đau lòng nào.

Thái tử ra thành dạo chơi trên một chiếc xe ngựa với người đánh xe trung thành, tin cẩn là *Xa-nặc*.[1] Khắp

---

[1] Tiếng Phạn là Channa.

nơi ngài đi qua đều thấy những đèn hoa giăng kết chào mừng, những người trên đường đều là những trai tráng mạnh mẽ, những người giàu có ăn mặc sang trọng.

Nhưng rồi thái tử thấy vui với khí trời xuân ấm áp và truyền cho *Xa-nặc* đi xa hơn nữa ra miền đồng quê. Ở đó, các quan binh chưa kịp đến trước mà dọn dẹp đường xá, ngài cứ cho xe thẳng tiến trên con đường rộng chạy giữa những cánh đồng bao la xanh tốt.

Bỗng đâu ven đường có một ông lão lưng còng, tóc bạc, tay chống gậy, chân run rẩy, hàm răng rụng sạch, làn da nhăn nheo, xấu xí, trông không còn ra dáng hình người. Thái tử lần đầu tiên trông thấy một người già nua xấu xí đến thế, lấy làm lạ bèn phán hỏi *Xa-nặc* rằng: "Nhà ngươi có biết người khòm lưng, tóc bạc đó là ai chăng? Vì sao thân hình người ấy lại chỉ còn da bọc xương. Ta xem người ấy cặp mắt như hết thần, tay nương gậy, chân run rẩy không còn đi đứng vững vàng. Sao bao nhiêu người mà ta đã gặp không có ai giống như người ấy?"

Xa-nặc tâu lên rằng: "Đó là một ông lão, người đã bị sự tàn phá của tuổi già. Với tuổi già thì bao nhiêu những sự vui sướng đều không được thụ hưởng như xưa! Khi đã già thì hết vẻ xinh đẹp, hết sự khỏe mạnh, hết cả trí tuệ minh mẫn, lại suy nhược, chịu nhiều bệnh khổ. Ông lão ấy hồi trẻ khi cha mẹ sanh ra cũng từng phải bú mớm, dần dần lớn lên cũng thành người trai tráng mạnh mẽ, mà nay tuổi già nên trở thành khô héo, bại hoại như thế."

Thái tử lấy làm cảm xúc, hỏi tiếp rằng: "Quyền thế như ta đây, liệu có phải già như thế không?"

Xa-nặc tâu rằng:

"Ngài rồi cũng không tránh khỏi cái già! Hết thảy muôn người không ai có thể tránh được cái già. Cho dẫu là bậc đế vương quyền cao tột đỉnh, hoặc người dân quê nghèo khó khổ nhọc, đối với sự già lão thì cũng đều phải chịu như nhau."

Thái tử nghe nói, lấy làm thảng thốt, bèn thở dài và lắc đầu. Ngài nhìn lão già một lần nữa rồi than rằng:

"Cái già làm cho hình hài xấu xí, sức khỏe suy nhược, thần trí mê muội, thân thể đau nhức, tai điếc mắt lờ, thế mà người đời chẳng biết ghê sợ, chỉ mãi đắm say trong những cuộc vui dục lạc. Thôi ngươi hãy quay ngựa trở về. Ta giờ chỉ ám ảnh bởi cái già nó làm khổ muôn người, không phương tránh né, nên chẳng còn vui thích gì mà dạo chơi nữa cả."

Sau chuyến đi ấy, thái tử đâm ra ưu tư, suy nghĩ. Ngài hiểu ra sự thật về cái giả tạo, tạm bợ của kiếp người, khác nào như ngọn đèn dầu, tuy sáng đó nhưng chẳng bao lâu rồi dầu hết mà phải tắt. Ngài thường ngồi một mình ở nơi vắng vẻ để suy nghĩ về thân phận con người với chuỗi ngày thanh xuân ngắn ngủi không thể nào tồn tại.

Có người đem những việc đã xảy ra tâu lên vua *Tịnh-phạn*. Đức vua vô cùng lo lắng, và truyền bày thêm nhiều cuộc vui hơn nữa làm cho thái tử nguôi ngoai.

Nhưng thái tử không còn quan tâm nữa. Ngược lại, ngài bắt đầu cảm thấy băn khoăn về những sự thật khác nữa trong cuộc sống mà có lẽ vì bị giam hãm mãi trong cung đình nên ngài không thể tìm biết được. Ngài quyết định xin phép vua cha ra ngoài thành dạo chơi một lần nữa.

Lần này, thái tử quyết định không đi công khai như lần trước. Ngài cũng không đi bằng xe ngựa, mà cải trang làm một người trưởng giả đi bộ ra ngoài thành cùng với người hầu cận là *Xa-nặc*.

Nhờ dạo chơi trong thành bằng cách này, thái tử có thể tiếp cận được với cuộc sống thực tế của nhân dân, đặc biệt là những người dân thuộc tầng lớp thấp hèn. Ngài rất vui mừng khi cảm nhận được nhiều niềm vui đơn sơ trong cuộc sống giản dị, tự nhiên của những người dân nghèo, khác với cuộc sống gò bó lễ nghi của cung đình.

Đến cuối một con đường kia, thái tử bỗng nghe có tiếng người rên la rất lớn. Ngài vội vã lần bước đến đó và nhìn thấy một hình ảnh mà từ trước ngài chưa thấy bao giờ.

Trên mặt đất, một người đang lăn lộn, rên xiết. Ông ta nằm dài trên mặt đất, thân hình cứ run lên từng chặp trong khi cặp mắt trợn lên trắng dã, vẻ mặt tái mét như không còn chút máu hồng nào trong đó. Ông có vẻ như cố gượng đứng lên nhiều lần nhưng lần nào rồi cũng ngã nhào xuống, không sao dậy nổi.

Vốn sẵn tấm lòng nhân ái bao la, thái tử liền chạy ngay đến nâng người ấy dậy. Ngài đặt người ngồi tựa vào mình, lấy tay xoa đầu như muốn làm giảm bớt đi sự đau đớn.

Xa-nặc vội vã chạy đến, miệng la lớn: "Xin ngài chớ chạm vào người ấy. Đó là một người bệnh truyền nhiễm."

Thái tử ngạc nhiên, hỏi *Xa-nặc*: "Thế nào gọi là một người bệnh?"

Xa-nặc đáp: "Người ấy xưa cũng khỏe mạnh, tráng kiện như bao người khác, nhưng một khi đã mắc bệnh rồi thì thân thể tàn tạ, đau đớn đến thế, nên gọi là người bệnh."

Thái tử lại hỏi: "Những người khác có khi nào bị bệnh như thế này chăng?"

Xa-nặc thưa rằng: "Nếu ai tiếp xúc với người bệnh, cũng đều có thể sẽ bị bệnh. Nhưng cũng có những người tự dưng mắc bệnh mà tự họ không hiểu nguyên do từ đâu. Nói chung là trong chúng ta ai ai cũng có thể bị bệnh, mà không thể biết chắc được là sẽ bị vào lúc nào. Xin ngài hãy đặt người bệnh ấy xuống, nếu không có thể rồi ngài cũng sẽ mắc bệnh."

Thái tử chưa hết ngạc nhiên, ngài hỏi tiếp: "*Xa-nặc*! Ngoài người bệnh như thế này, còn có những bệnh nào khác hơn nữa chăng?"

Xa-nặc đáp: "Thưa thái tử! Trong cuộc đời này có rất nhiều thứ bệnh tật khác nhau, và chúng thường xuyên đe dọa lây nhiễm đến mọi người trong chúng ta. Bệnh tật không tha thứ cho bất cứ ai, cả thế giới này phải khóc than, kêu la hằng ngày vì nó."

Thái tử nghe qua rồi lấy làm lạ, than rằng:

"Ôi! Con người thật là kỳ lạ! Bệnh tật rình rập làm hại họ trong từng chốc lát, mà họ chẳng để lòng lo lại còn đắm mình trong những trận vui cười!"

Thái tử liền cùng *Xa-nặc* quay về, trong lòng nặng trĩu thêm một mối ưu sầu lo nghĩ nữa.

Vua *Tịnh-phạn* thấy thái tử ngày càng ưu tư, trầm lặng thì trong lòng càng thêm lo lắng. Muốn cho thái tử được vui, đức vua liền truyền tổ chức cho ngài dạo chơi một lần nữa.

Trong chuyến đi lần này, thái tử tình cờ trông thấy đám chết của một người nghèo. Ngài thấy bốn người khiêng đi một thân thể cứng đờ, bọc trong một manh chiếu rách, và mấy kẻ theo sau đều khóc kể rất thảm thiết. Đám tang đi ra một quãng đồng rộng, nơi đã có chất sẵn một đống củi to, và người ta đặt thi thể người chết lên đống củi rồi nổi lửa mà thiêu.

Thái tử hỏi *Xa-nặc*:

"Nhà ngươi có biết những người ấy khiêng ai đi đó chăng? Và tại sao họ than khóc buồn thảm lắm vậy? Tại sao họ lại đặt người ấy lên đống củi to mà thiêu đốt? Vì sao người ấy không thấy kêu la vì nóng bỏng, giống như những người khác?

Xa-nặc tâu lên rằng:

"Người ấy thật không còn tri giác, cũng chẳng còn hơi thở. Người ấy chỉ nằm cứng đơ như cây cỏ, không còn biết vui sướng, khổ sở chi nữa. Anh em, bè bạn không còn đi lại, kẻ thù nghịch chẳng còn biết tới. Người ấy đã chết rồi."

Thái tử lại hỏi: "Nếu cái chết là như thế, vậy nó chỉ riêng cho người ấy hay là nó đến với hết thảy mọi người?"

Xa-nặc tâu rằng:

"Mọi người không ai tránh khỏi. Kẻ sang người hèn, kẻ tốt người xấu, rồi đều cũng phải chết."

Thái tử nghe rồi liền nói một cách buồn bã rằng:

"Than ôi! Định luật khắt khe là như thế, mà loài người vẫn mãi vui chơi. Bây giờ ta mới hiểu ra rằng, tâm tánh của nhân loại cũng rắn như sắt đá. Cái chết nó chực sẵn bên mình, ai ai rồi cũng không tránh khỏi, vậy mà họ vẫn không hề lấy đó làm điều suy gẫm."

13. GẶP NHÀ DU TĂNG

Thái tử *Sĩ-đạt-ta* không giờ phút nào được an lòng. Ngài đi quanh quẩn trong dinh, trầm ngâm suy nghĩ. Ngài suy nghĩ về một phương cách nào đó có thể cứu vớt nhân loại thoát ra khỏi những khổ đau khắc nghiệt từ bao đời vẫn dành cho họ. Trong tâm trí ngài lảng vảng những cảnh già khổ, bệnh khổ, và rồi là cái chết cuối cùng sẽ đến với tất cả mọi người.

Một hôm, thái tử có ý muốn dạo chơi về vùng thôn quê. Ngài tâu xin vua cha, rồi ra khỏi thành, đi về phía đồng ruộng.

Đi đã khá xa, đến một chỗ vắng Ngài ngồi xuống nghỉ chân và trong tâm nảy sinh ý tưởng rằng:

"Thật là đáng thương thay cho người đời. Đã không có sức mạnh nào tự bảo vệ lấy mình khỏi những điều già yếu, bệnh khổ, sống chết vô thường, mới mạnh thoạt đau, mới trẻ thoạt già, mới sống thoạt chết, vậy mà vì sự tự cao, sự mê tối nên chẳng hề sanh lòng xót thương cho những kẻ đang bệnh khổ, kẻ già yếu, kẻ chết.

"Từ khi trông thấy những người đồng loại chìm trong sự bệnh khổ, chết khổ, lòng ta luống động mối thương tâm, lo nghĩ không yên ổn. Bản thân ta rồi đây cũng không thoát khỏi những điều khổ não ấy. Nếu trong kiếp sống này mà ta chẳng tìm ra được phương cách nào để cứu mình, cứu người, chẳng phải là sống uổng phí lắm sao?”

Ngay khi ấy, bỗng nhiên ngài trông thấy từ xa đi đến một người, dáng vẻ khác lạ.

Người ấy khoác một tấm áo vàng, rộng và dài, phủ xuống đến tận chân. Tay khoanh lên trước ngực ôm một cái bát nhỏ, ngoài ra không còn thấy một thứ vật dụng nào khác. Dáng đi của người thật thanh thoát, vẻ mặt hiền hòa lộ rõ sự an ổn, thoát tục. Đếm từng bước chân khoan thai, người đi như chỉ để mà đi, không vội vàng, không hấp tấp, cũng không mong đợi gì ở nơi sẽ đến.

Thái tử liền quay sang hỏi *Xa-nặc*: “Người đó là ai vậy?”

Xa-nặc đáp: “Người ấy là một vị du tăng. Người lìa bỏ gia đình, thân quyến, nhà cửa ruộng vườn, ra đi sống cuộc sống không nhà để cầu sự giải thoát an ổn trong tâm thức. Người không có gì là sở hữu của riêng mình, chỉ ôm một cái bát nhỏ đi đến đâu thì xin ăn ở đó. Ngay chính cái bát ấy người cũng chỉ xem là phương tiện nuôi sống, chứ không phải là tài sản của mình. Vì người sống đời thoát tục không tham muốn, tranh đua, nên những bậc tri thức đều kính trọng người, cúng dường cho người.”

Thái tử nghe qua lấy làm mừng rỡ. Ngài như thấy hé mở ra con đường mình phải đi. Ngài đã nhận ra nơi vị du tăng nọ vẻ thoát tục an nhiên, và ngài cũng hiểu rằng đó là chỗ mấu chốt khởi đầu mà ngài phải nắm lấy để đi tìm một con đường giải thoát. Ngay từ lúc đó ngài biết rằng, nếu con người dứt bỏ được mọi sự tham muốn trói buộc, thì những cảnh khổ ở đời không dễ gì lay chuyển được tâm hồn thanh cao của họ nữa.

Ngài bảo *Xa-nặc* quay trở về, trong lòng tràn ngập những suy nghĩ mới. Dường như ngài đã quyết định một điều gì...

14. THÁI TỬ BỎ ĐỀN ĐÀI

Từ hôm gặp nhà du tăng trở về, thái tử thấy lòng thanh thản hơn nhưng ngài như có nhiều điều trầm ngâm suy nghĩ. Ngài thường ra nơi vườn hoa, chỗ yên vắng, ngồi một mình để suy tư trầm mặc.

Một hôm, ngài đang ngồi trầm lặng như thế thì có viên quan hầu cận đến báo tin nàng *Da-du-đà-la* vừa hạ sanh một bé trai. Thái tử nghe báo tin xong, liền nói rằng: " Trói buộc thay! Trói buộc thay!"

Viên quan hầu cận liền trở về, thông báo việc thái tử đặt tên cho con trai là *La-hầu-la*.[1]

Và cho dù có thêm một mối trói buộc trong cảnh gia đình như thế, thái tử vẫn không ngừng suy nghĩ về một cuộc sống mới, dứt bỏ mọi niềm vui trần tục để ra đi tìm con đường giải thoát.

Một đêm nọ, nàng *Da-du-đà-la* mơ thấy một điềm mộng lạ.

Nàng thấy cả địa cầu bỗng dưng rúng động, những quả núi cao lớn hơn hết đều lung lay, một luồng gió mạnh thổi đến và làm cho cây cối gãy đổ trốc gốc. Mặt trời, mặt trăng và tinh tú đều rơi xuống đất. Công chúa lại thấy áo, mũ và đồ trang sức của mình đều mất hết.

---

[1] Tiếng Phạn là Rāhula, nghĩa là che án, trói buộc, nên Hán dịch là Phú Chướng. Vì thái tử nói ra từ này khi viên quan đến báo tin, nên ông ta lầm tưởng là thái tử bảo đặt tên con như vậy.

Mái tóc đã cắt đi mất. Giường nệm của hai vợ chồng thì hư nát. Áo mũ, châu báu, ngọc ngà của thái tử rơi đầy trên mặt đất. Sấm sét chớp lòa trên hoàng thành u ám, và núi *Tu-di*[1] cũng lung lay.

Công chúa thức giấc trong lòng hoảng hốt, vùng dậy chạy lại đánh thức chồng:

"Thái tử! Thiếp vừa nằm mộng thấy một điềm ghê sợ lắm!"

Thái tử điềm nhiên bảo: "Nàng hãy thuật lại ta nghe xem."

Công chúa liền thuật lại những điều trong giấc mộng. Thái tử liền cười mà nói rằng:

"Điềm mộng hay thật. Quả thật là ứng với những điều ta đang suy nghĩ và muốn làm đó thôi. Nàng hãy vui lên đi, ta sẽ giải thích cho nàng hiểu. Nàng thấy quả địa cầu rúng động, ấy là một ngày nọ chư thiên sẽ hạ mình trước mặt nàng. Nàng thấy mặt trời và mặt trăng trên không rơi xuống đất, ấy là rồi đây nàng sẽ thắng sự mê dục, và ai ai cũng đều ca ngợi nàng. Nàng thấy cây cối gãy đổ trốc gốc, ấy là nàng sẽ thoát ra khỏi khu rừng luyến ái và tham muốn. Nàng thấy tóc nàng cắt đi rồi, ấy là nàng sẽ cắt đứt những dây tình ái trói buộc. Áo mũ và châu ngọc của ta đều rơi xuống đất, ấy là ta bước lên con đường giải thoát. Sấm sét chớp lòa trên

---

[1] Tiếng Phạn là Mérou –Theo cách nghĩ của người Ấn Độ thời đó thì núi Tu-di là núi lớn nhất, là vua của các núi trên hoàn cầu.

hoàng thành u ám, ấy là trong cảnh tối tăm, ta sẽ làm cho ánh sáng của đạo lý chiếu ngời ra, và những ai tin theo lời ta sẽ được vui vẻ, an lạc. Đó là điềm mộng tốt.”

Hôm sau, thái tử vào yết kiến vua, tâu lên rằng:

“Tâu phụ vương! Con muốn xin phụ vương an lòng mà thuận cho con xuất gia sống cuộc sống của một tu sĩ.”

Vua *Tịnh-phạn* vừa nghe lời thái tử, vụt nhớ lại ngay những lời dự đoán của tiên nhân *A-tư-đà* khi xưa. Đức vua hiểu ra ngay là giờ định mệnh đã đến. Tuy nhiên, vua vẫn cố suy nghĩ tìm cách để lưu giữ thái tử. Vua nói rằng:

“Nay con vẫn còn tuổi trẻ, tư tưởng hẳn chưa được vững bền, có thể còn nhiều thay đổi, chưa nên định việc xuất gia. Cha vẫn thuận cho con đi theo con đường thoát tục, nhưng cha nghĩ giờ này là chưa phải lúc. Con đã được học kinh *Vệ-đà*, chắc con cũng biết rằng luật *Manu* trong đó quy định rằng người muốn xuất gia phải đủ 40 tuổi. Nay con nên vui hưởng cảnh giàu sang vương giả này thêm ít năm nữa, chừng con được 40 tuổi cha sẽ thuận cho con xuất gia.”

Thái tử đáp:

“Tâu phụ vương, đời sống vương giả này con trải qua đã lâu, nhưng ngày ngày thường quán xét thấy không phải là điều lâu dài, bền vững. Như tấm thân này của con, dẫu có trang điểm y phục lụa là, ngọc ngà châu báu, thì cũng có một ngày phải hư hoại tan rã. Hết thảy mọi người cũng đều như thế. Nay con thấy cuộc sống người đời như đang trong ngôi nhà lửa cháy, dẫu chưa bị lửa đốt đến tận thân mình, thì cũng biết chắc tính mạng không còn bao lâu nữa. Nay trong tuổi trẻ cường tráng, nếu không dũng mãnh ra đi tìm lối thoát, đợi đến tuổi già thì làm sao tránh nổi luật hủy hoại của vạn vật.”

Vua *Tịnh-phạn* nghe lời thái tử thì không còn cách chi biện bác nữa. Ngài liền đem việc quốc sự, tình cha con, vợ chồng mà định lôi kéo thái tử. Thái tử nghiêm nét mặt thưa rằng:

“Tâu phụ vương! Mỗi người đều có một cuộc sống riêng, một vận mệnh riêng. Không ai có thể lãnh chịu những khổ não, đau đớn giúp cho người khác. Tuy vậy, nếu một người tìm ra con đường chân chính, thì có thể dẫn dắt muôn người cùng đi đến chỗ an lạc, giải thoát. Con mong muốn ra đi là vì nghĩ đến hết thảy mọi người. Mai này khi con tìm ra con đường giải thoát, con lại sẽ trở về cứu vớt cho hết thảy mọi người, nào chỉ riêng là phụ vương, *Da-du-đà-la* hay *La-hầu-la*. Ý con đã quyết, mong được phụ vương chuẩn thuận đừng ngăn cản.”

Vua *Tịnh-phạn* không còn biết nói gì thêm nữa. Nhưng tình phụ tử quyến luyến khiến vua dùng dằng không thể nói ra lời ưng thuận. Vua bãi triều mà vẫn chưa trả lời dứt khoát cùng thái tử.

Không nói được bằng lời, vua *Tịnh-phạn* định dùng cách khác mà lôi kéo thái tử ở lại.

Đêm ấy, vua sai tổ chức một buổi yến tiệc thật linh đình nơi cung thái tử, truyền nhạc công, vũ nữ bày những cuộc vui thật mới lạ và hấp dẫn, kéo dài đến quá nửa đêm.

Không ai ngờ thái tử đã quyết chí ra đi ngay trong đêm đó.

Sau khi tham dự xong buổi yến tiệc linh đình thâu đêm ấy, thái tử quay về phòng mình và bí mật nai nịt chuẩn bị lên đường. Hành trang của kẻ ra đi tìm đường giải thoát vốn chẳng có chi nhiều, nên ngài chỉ sắp xếp trong thoáng chốc là đã sẵn sàng tất cả.

Trời khuya vắng vẻ. Thái tử vượt qua căn phòng rộng vừa lúc nãy đây linh đình yến tiệc. Mấy cô vũ nữ mệt mỏi đang nằm ngủ say như chết ngay trên sàn nhà. Thái tử nhìn thấy không còn chút dáng vẻ yểu điệu nào đâu nữa. Đầu tóc các cô rối bù, mắt nhắm nghiền chẳng còn soi sáng trên gương mặt, miệng há hốc, phát ra những âm thanh đều đều trong giấc ngủ say, tay chân cứng đờ, kẻ đưa ngang, người thả dọc, ngổn ngang trên sàn nhà. Thật là một cảnh đáng thương, không còn vẻ gì là mỹ miều, lôi cuốn nữa.

Ngài bước ra khỏi phòng, nhanh chóng đi đến nơi tàu ngựa.

Người đánh xe và giữ ngựa trung thành của ngài là *Xa-nặc* đang đợi sẵn. Ngài bảo:

"Hãy mang con ngựa *Kiền-trắc*[1] đến đây mau lên. Đêm nay ta muốn thoát khỏi chốn này để đi tìm con đường giải thoát."

Kiền-trắc là con ngựa hay nhất, mạnh mẽ và nhanh nhẹn phi thường. Thái tử nói với nó rằng:

"Ngựa ơi! Nay ta muốn nhờ ngươi đưa ta lên đường đi tìm chánh đạo."

Thái tử nói xong, bèn nhảy lên yên. Đêm ấy, ngựa chạy rất êm, không gây một tiếng động nào trên đường, nên trong thành không ai hay biết. Ra khỏi cửa thành mà thẳng đường phóng xa một cách êm thấm.

Thái tử bỏ lại cha già, người vợ trẻ và đứa con thơ dại, với ngôi báu chốn kinh kỳ mà người người đều thèm muốn. Nhưng ngài không một chút luyến tiếc, phân vân. Ngài ngước mặt lên bầu trời đêm mà nói một cách quả quyết rằng:

"Ta nguyện rằng nếu không chứng đạo, không rõ thấu chỗ cùng tột của sự sanh tử, thì không bao giờ trở về thành *Ca-tỳ-la-vệ*."

Năm ấy, ngài vừa tròn 29 tuổi. Đêm ngài ra đi ấy là một đêm trăng tròn tháng 2 âm lịch.

---

[1] Tiếng Phạn là Kanthaka.

15. LÀM THẦY TU TRONG RỪNG THẲM

Ra khỏi kinh thành, con ngựa quý đưa thái tử và Xa-nặc nhắm hướng Nam mà thẳng tiến. Ngựa *Kiền-trắc* chạy rất mau. Họ vượt qua dòng sông *A-nô-ma* êm ả rồi theo đường lớn mà phi nước đại.[1] Trời hừng sáng, thái tử vừa đến một cụm rừng, cách kinh thành đã khá xa rồi. Sĩ-đạt-ta xuống ngựa, vuốt ve bờm ngựa và nói với *Xa-nặc* rằng: "Ngươi và ngựa Kiền-trắc này thật đã hết lòng cùng ta, ta thật chẳng biết lấy gì mà ban thưởng. Nhưng nay ta còn một việc cuối cùng phải nhờ cậy đến ngươi, hãy vì ta mà cố gắng chu toàn."

Ngài nói rồi cởi tấm áo bào quý giá đang mặc trên người ra, lại rút thanh gươm báu đưa lên, lưỡi gươm lấp lánh. Ngài tự tay cắt đứt mái tóc dài, gói vào bên trong tấm áo rồi trao tất cả cho *Xa-nặc*, dặn rằng:

"Việc ngươi theo ta đến đây đã hoàn tất. Nay hãy đưa ngựa Kiền-trắc trở về kinh thành, mang gươm, áo và mái tóc này dâng lên phụ vương, báo cho ngài biết việc ta xuất gia tìm đạo."

Xa-nặc nước mắt đượm tròng, lòng muốn được tiếp tục theo hầu thái tử. Nhưng ngài kiên quyết mà nói rằng:

"Ngươi hãy về đi. Nếu có lòng thương ta, thì hãy hết lòng khuyên giải phụ vương ta cho nguôi ngoai. Ngươi

---

[1] Nước đại: nước ngựa phi nhanh nhất trên đường trường.

hãy đem những điều đã trông thấy hôm nay mà như thật tâu lại cùng phụ vương. Hãy nói rằng: *Sĩ-đạt-ta* rất vui mừng, thanh thản được sống đời sống của một tu sĩ không nhà, quyết tâm đi tìm chân lý. Một ngày kia khi thành đạo cả, thì người sẽ không quên việc trở lại chốn kinh thành mà thăm viếng cha già. Ngươi cũng nên hiểu rằng, người đã theo đuổi một đời sống giải thoát, tức là đã cắt đứt hết thảy mọi ràng buộc. Người như thế có lý nào còn giữ lại bên mình kẻ hầu hạ, phục dịch? Vậy ngươi hãy yên tâm nghe lời ta mà nhanh chóng trở về đi."

Xa-nặc gạt nước mắt lên ngựa quay về. Con ngựa *Kiền-trắc* nãy giờ vẫn đứng yên, giờ như cảm nhận được giây phút chia tay, bỗng chồm lên hí vang, không chịu quay đầu lại. Thái tử đến bên, lấy tay xoa bờm ngựa và nói với nó như với một con người: "Ngựa hiền ơi, ta biết ngươi chẳng muốn xa ta. Nhưng con đường ta đi không phải là những nơi mà ngươi có thể theo ta được. Hãy quay về mà báo tin này cho phụ vương ta được biết. Rồi một ngày kia, khi tìm được chân lý, ta sẽ quay về."

Con ngựa thè lưỡi liếm bàn tay thái tử, giậm chân mấy cái rồi ngoan ngoãn quay đầu lại.

Cuộc chia ly rồi cũng phải diễn ra. *Xa-nặc* lên ngựa quay về, còn thái tử *Sĩ-đạt-ta* từ đây bắt đầu một đời sống mới.

Khi ấy, trời vừa sáng rõ. Ngài vẫn còn đang ở nơi ven rừng. Từ xa, ngài trông thấy một người thợ săn đeo cung tên đi lại. Người thợ săn ấy mặc bộ áo choàng rộng giống như của vị du tăng trước đây mà ngài có lần đã được thấy. Lấy làm lạ, ngài chờ cho anh thợ săn đến gần mới lên tiếng hỏi:

"Này người kia. Ta thấy người mang cung tên vào rừng này, hẳn là người đi săn bắn. Vậy tại sao người lại mặc y phục của một thầy tu?"

Người thợ săn nhìn vào bộ y phục hoàng tộc ngài đang mang trên người, ngần ngừ giây lát rồi nói:

"Thưa ngài, tôi nhờ cái áo này mà gạt được muông thú trong rừng. Chúng nó thấy áo này thì không nghi sợ, nên tôi mới có thể đến gần mà giết hại chúng."

Sĩ-đạt-ta nín lặng một lúc. Ngài thấy ngao ngán thay cho tâm địa của con người. Vì lợi dưỡng, họ dám làm cả việc đội lốt người tu hành mà lừa gạt kẻ khác vậy. Rồi ngài bảo người thợ săn rằng:

"Này anh bạn, ta thấy muôn loài thảy đều tham sống mà sợ chết. Nay anh làm nghề này, ngày ngày giết hại sinh linh, anh không thấy là tàn nhẫn lắm sao?"

Người thợ săn kính cẩn đáp rằng:

"Thưa ngài, tôi biết ngài hẳn là một bậc quyền thế, chẳng phải dân thường. Nhưng mong ngài hiểu cho, nghèo khó như tôi đây, ngoài nghề này ra thật chẳng biết lấy gì làm kế sinh nhai cả."

Sĩ-đạt-ta nhìn người thợ săn rồi cười một cách hiền hòa. Ngài nói:

"Để ta giúp ngươi vậy. Nay ngươi hãy trao bộ y phục thầy tu ấy cho ta. Ta sẽ tặng ngươi bộ y phục quý giá ta đang mặc đây, cùng với tất cả những trang sức bằng châu báu mà ta hiện có. Với những thứ này, ngươi có thể thu xếp được một đời sống khá giả, không cần phải giết hại muông thú nữa. Vậy hãy hứa với ta là sẽ từ bỏ nghề này."

Người thợ săn mừng rỡ, liền trao đổi y phục và nhận lấy những thứ ngài ban cho. Trước mặt ngài, anh ta dùng tay bẻ gãy cung tên và hứa sẽ không làm nghề thợ săn nữa. *Sĩ-đạt-ta* rất vui lòng. Rồi ngài từ giã người thợ săn, mang lấy bộ y phục thầy tu mà đi vào rừng sâu.

16. GIÁO LÝ CỦA ÔNG A-RA-TA

Thái tử *Sĩ-đạt-ta* đi sâu vào cảnh rừng ấy, rồi ngài ngồi thiền nơi một cội cây lớn. Đến trưa thì có một tu sĩ đi ngang qua lối đó. Ngài liền đứng dậy chào hỏi một cách cung kính. Sau khi được tiếp chuyện với vị tu sĩ này, ngài liền bày tỏ ý nguyện muốn đi về phương Nam mà học đạo với một vị danh sư nổi tiếng thời bấy giờ là *A-ra-ta Ca-la-ma.*[1] Vị này đang giảng dạy và hướng dẫn cho rất đông đệ tử tu tập.

Vị tu sĩ vui vẻ nói:

"Tôi trước đây cũng có học với ông *A-ra-ta Ca-la-ma.* Nhưng sau tôi chuyển sang phái tu khổ hạnh, còn ông ấy thì theo lối tu khất thực hàng ngày. Tôi có nghe ông ấy vừa mới mở một đạo trường ở phía bắc thành *Vesali.* Nếu ngài muốn, tôi sẽ đưa ngài đến đó.

Thái tử liền đi theo vị tu sĩ này. Họ băng rừng mà đi, khát thì uống nước suối, đói thì hái những đọt cây, trái rừng mà ăn. Lần đầu tiên thái tử được tiếp xúc với đời sống thực sự của những vị tu khổ hạnh trong rừng sâu, ngài lấy làm cảm kích trước ý chí của họ.

Chừng ba hôm thì đến chỗ đạo tràng của ông *A-ra-ta Ca-la-ma.* Gặp lúc vị này đang giảng đạo cho đồ chúng, khoảng mấy trăm người. Vị thầy này tuy đã già nhưng tiếng nói còn âm vang mạnh mẽ, chứng tỏ một sức

---

[1] Tiếng Phạn là Arata-Kalama.

mạnh nội tâm khác thường. Thái tử ngồi bên ngoài mà nghe trọn buổi giảng.

Sau buổi giảng, ngài tìm đến lễ bái vị thầy và trình bày nguyện vọng tu tập của mình. Ông thầy ngắm nhìn ngài tỏ vẻ hài lòng lắm. Ông nói: "Với quyết tâm của con, ta tin rằng con sẽ sớm đạt đạo."

Và thái tử quyết định ở lại đây tu tập dưới sự dìu dắt của ông *A-ra-ta Ca-la-ma.*

Tại đây, ngài học biết cách sống của một vị du tăng khất thực. Hàng ngày, người tu sĩ đi khất thực trong xóm làng hoặc thành thị để có một bữa ăn, và dành trọn thời gian còn lại cho việc tham thiền nhập định với sự hướng dẫn của thầy.

Thái tử tu tập hết sức tinh tấn. Ngài tiếp thu nhanh chóng những gì được chỉ dạy, và tiến bộ rất nhanh trong việc tham thiền.

Những mục tiêu mà người tham thiền theo phép tu của ông *A-ra-ta Ca-la-ma* đạt tới dần dần là nhập vào các cảnh giới thiền định từ *Không vô biên xứ,*[1] *Thức vô biên xứ*[2] và *Vô sở hữu xứ.*[3]

---

[1] Người nhập định thấy tâm mình không còn tạp niệm, thấy hư không là rộng lớn vô biên không có giới hạn.

[2] Người nhập định tự thấy chính tâm thức của mình rộng lớn vô biên, không có giới hạn.

[3] Người nhập định thấy trong tâm mình không còn sở hữu bất cứ vật gì nữa.

Cảnh giới thiền định thứ ba, *Vô sở hữu xứ định*, là cảnh giới cao nhất mà chỉ ở đây chỉ có mỗi một mình ông *A-ra-ta Ca-la-ma* đạt được.

Tuy nhiên, với sự hướng dẫn của ông, không bao lâu thái tử *Sĩ-đạt-ta* đã đạt đến cảnh giới thiền định thứ ba này.

Vị thầy truyền dạy rất ngạc nhiên trước sự tiến bộ phi thường của ngài, và không che giấu sự khâm phục, kính nể. Ông nói:

"Tất cả những gì ta biết, giờ đây con đã biết. Tất cả những gì ta đạt được, giờ đây con đã đạt được. Và con đã đạt đến những điều ấy một cách nhanh chóng, xuất sắc hơn ta nhiều. Giờ đây ta không còn dám nhận là thầy của con nữa. Ta muốn con hãy ở lại đây, cũng bình đẳng như ta, cùng nhau hướng dẫn những đồ chúng trong đạo tràng này."

Khi ấy, mặc dù đã đạt được cảnh giới thiền định cao nhất theo sự chỉ dạy của thầy, nhưng thái tử tự quán xét thấy những điều đó hoàn toàn không có ý nghĩa gì trong sự giải thoát mà ngài đang đi tìm. Người tu chứng những cảnh giới thiền định ấy có thể làm cho tâm thức nhẹ nhàng, trong sáng hơn, nhưng chưa hề vượt ra khỏi được sự trói buộc của vòng sinh tử.

Thái tử đem những suy nghĩ ấy trình bày với thầy và xin được ra đi tiếp tục tìm học thêm nữa.

Ông *A-ra-ta Ca-la-ma* vô cùng ngạc nhiên khi nghe những kiến giải và nguyện vọng của ngài. Ông nói:

"Kính bạch vị Đạo sư của muôn loài. Xin ngài hãy tùy tiện ra đi. Những hiểu biết nhỏ nhoi của tôi không thể đủ để làm thỏa chí nguyện lớn lao của ngài. Tôi tin rằng một ngày không xa ngài sẽ chứng ngộ được chân lý giải thoát cho muôn loài. Khi ấy xin ngài đừng quên cứu độ cho tôi đây."

Thái tử hết lời cảm ơn vị thầy dẫn dắt đầu tiên của mình và từ tạ ra đi. Ngài vẫn chưa biết mình sẽ đi về đâu và tìm kiếm những gì, nhưng chỉ biết là con đường giải thoát mà ngài mong muốn tìm ra vẫn còn đâu đó ở phía trước...

17. VUA TẦN-BÀ-SA-LA

Từ giã ông thầy *A-ra-ta Ca-la-ma*, ngài nhắm hướng xứ *Ma-kiệt-đà*[1] mà đi, vì ngài nghe nói trong xứ ấy có nhiều vị ẩn tu rất tài giỏi. Ngài vượt qua con sông *Hằng* linh thiêng và tìm đến rất nhiều vị danh sư. Tuy nhiên, mỗi khi tiếp xúc với họ rồi, ngài đều nhận ra những hạn chế, trói buộc của họ. Không có ai đưa ra được câu giải đáp cho vấn đề mà ngài đang tìm kiếm. Tất cả đều bế tắc trước thách thức cuối cùng là diệt trừ mọi đau khổ và vượt thoát vòng sanh tử.

Phần lớn trong bọn họ đều cho rằng nguyên nhân gây đau khổ cho con người là do ở xác thân này, vì thế họ theo đuổi những lối tu hành xác, từ lõa thể cho đến nhịn ăn, thậm chí có người dạy chỉ đứng bằng một chân, tay đưa lên trời ngày này qua ngày khác... Nhận rõ tất cả những tà kiến mê muội đó không phải là con đường đưa đến giải thoát, *Sĩ-đạt-ta* từ bỏ bọn họ để tiếp tục cuộc hành trình tìm kiếm của mình.

Ngài cũng gặp được một số vị ẩn tu có trí tuệ hơn. Họ theo đuổi việc tham thiền nhập định, đi tìm việc đoạn trừ khổ não ngay trong tâm thức của mình. Tuy nhiên, trong số họ cũng chưa có ai nghĩ đến việc giải thoát rốt ráo khỏi sự khổ của già và chết, đừng nói gì đến việc giải quyết được vấn đề này. Tất cả đều bày tỏ sự kính phục khi nghe *Sĩ-đạt-ta* đặt ra vấn đề, nhưng

---

[1] Tiếng Phạn là Magadha.

cũng đều tự nhận là mình chưa hề dám nghĩ đến một mục tiêu cao như thế.

Sau một thời gian, ngài đi đến gần thành *Vương-xá*,[1] chọn một nơi để nhập định trên triền núi.

Một buổi sáng, *Sĩ-đạt-ta* ôm bát đi vào thành *Vương-xá* hóa trai.[2] Nhân dân trong thành trông thấy tướng mạo ngài đẹp đẽ khôi ngô, dáng đi thanh thoát, nên thảy đều chú ý. Nhiều người kính cẩn đi theo để ngắm nhìn ngài, thành một hàng người dài đi qua các phố trong thành.

Thế là chẳng bao lâu, cả thành đều đồn lên rằng có một vị tu sĩ khác thường vừa vào thành hóa trai. Ai ai cũng đều muốn được trông thấy ngài. Trong khi đó, ngài vẫn thản nhiên đi từng bước thong thả như thường, tỉnh táo và trang nghiêm, không hề quan tâm đến cảnh tượng xôn xao quanh mình.

Vua *Tần-bà-sa-la*[3] trong thành *Vương-xá* vốn là người mộ đạo, hay cúng dường cho các vị tu sĩ. Vua lại có lòng chuộng các vị có tri thức cao, bởi vì bản thân vua cũng là người khắc khoải suy tư rất nhiều về các vấn đề triết học siêu hình. Khi nghe tin báo về việc có một tu sĩ khác thường vừa vào thành, vua liền thân hành đến để chiêm ngưỡng. Đến nơi, vừa nhìn thấy

---

[1] Tiếng Phạn là Rājagriha.

[2] Tức là đi khất thực. Người tu ôm bát đi đến trước cửa từng nhà, ai phát tâm cúng dường thì đặt thức ăn vào trong bát.

[3] Tiếng Phạn là Vimbasāra.

dáng vẻ uy nghiêm và thanh thoát của *Sĩ-đạt-ta*, ngay tức thời đức vua sanh lòng kính phục. Vua sai người mang thức ăn quý đến cúng dường, và đồng thời cũng truyền cho người đi theo để biết chỗ ngụ của Ngài. Nhờ đó, vua được biết rằng ngài ở gần kinh thành, trên triền núi, chỗ phong cảnh tốt tươi.

Ngay hôm sau, vua *Tần-bà-sa-la* ra khỏi thành, ngự đến núi ấy, rồi để hết quân binh hầu cận bên dưới, chỉ một mình lần lên đến cội cây nơi *Sĩ-đạt-ta* đang ngồi thiền.

Vua đến trước ngài lễ bái. *Sĩ-đạt-ta* tiếp vua và đôi bên cùng chuyện trò trao đổi. Qua trò chuyện, vua *Tần-bà-sa-la* biết ngay đây là một vị tu sĩ xuất thân từ gia đình quyền quý, sang trọng. Hơn thế nữa, vua lại rất ngạc nhiên khi được nghe những chỗ sở kiến của ngài, cũng như cảm thấy rất tương hợp với những khắc khoải ưu tư về cuộc sinh tử.

Quá kính phục, vua không ngăn được sự trân trọng của mình. Vua nói:

"Bạch đại đức! Ngài là một bậc trí thức cao vời mà xưa nay trẫm chưa từng được gặp. Nay trẫm rất mong được ngài nhận cho lời chân thành của trẫm, thỉnh ngài an trụ lại nơi đất nước này để sớm tối có thể dắt dìu trẫm trên đường tu học. Trẫm rất vui lòng được chia hai thiên hạ, cùng với ngài trị vì muôn dân trong nền đạo đức."

Sĩ-đạt-ta khéo léo lựa lời từ chối, và nói cho vua biết thân thế của mình. Nghe qua, vua *Tần-bà-sa-la* lấy làm hổ thẹn cho sự đường đột của mình. Vua nói:

"Bạch đại đức! Trẫm thật là hồ đồ không biết xét người. Có ngờ đâu ngài đã bỏ cả ngôi vua ở xứ *Ca-tỳ-la-vệ* mà lên đường tu học. Thế mà trẫm còn dám đem chuyện lợi danh thế tục ra để nói cùng ngài. Nay xin ngài nhận cho sự hối lỗi của trẫm, và xin được ngày ngày cúng dường vật thực cho ngài trong khi tu tập."

Sĩ-đạt-ta nhận thấy việc này đã bắt đầu trở nên một mối ràng buộc cho cuộc tu tập của mình, nên khéo léo từ chối rằng:

"Đại vương không cần phải quá quan tâm như thế. Tôi chỉ là kẻ du tăng rày đây mai đó, không thể ở yên một chỗ nào nhất định. Hơn thế nữa, con đường giải thoát rốt ráo vẫn chưa được tìm ra, thì tôi chưa thể yên tâm mà an trụ ở bất cứ nơi nào cả."

Thấy ý chí kiên quyết của ngài, vua *Tần-bà-sa-la* không còn dám van nài thêm nữa. Vua liền thưa rằng:

"Bạch đại đức! Nếu như vậy thì trẫm sẽ không dám làm phiền ngài thêm nữa. Nhưng xin ngài một ân huệ duy nhất là, khi nào ngài đắc đạo rồi, xin quay về thành *Vương-xá* này mà cứu độ cho trẫm và bá tánh nơi đây."

Sĩ-đạt-ta nhận cho vua lời thỉnh cầu ấy. Về sau, thành *Vương-xá* quả nhiên là một trong những nơi mà ngài hóa độ cho nhiều người nhất, và vua *Tần-bà-sa-la* là một trong những vị vua luôn tích cực ủng hộ cho Phật pháp với Tăng già.

18. TU HỌC VỚI ÔNG UẤT-ĐẦU LAM-PHẤT

Sĩ-đạt-ta nghe nói rằng gần thành *Vương-xá* có một vị lão sư nổi danh là *Uất-đầu Lam-phất*,[1] ngài liền tìm đến.

Khi đến nơi, ngài lắng nghe ông giảng đạo. Đây là một vị lão sư tuổi đã ngoài 75 nhưng vẫn còn quắc thước. Ông tu thiền chứng đến cảnh giới thiền định *Phi tưởng phi phi tưởng*, tức là cao hơn ông *A-ra-ta Ca-la-ma* một bậc nữa.

Khi *Sĩ-đạt-ta* đến xin theo học, ông nhận lời nhưng với điều kiện là phải khởi sự tu tập từ đầu với sự dẫn dắt của ông. Nhờ những kết quả tu tập từ trước, chỉ trong mấy hôm *Sĩ-đạt-ta* đã có thể chứng tỏ cho ông thấy là ngài đã đạt đến cảnh giới thiền định *Vô sở hữu xứ*. Vị lão sư rất vui mừng và khâm phục, liền hết lòng chỉ dẫn cho ngài để tiến lên mức định cao hơn. Đây là cảnh giới thiền định mà ngoài lão sư ra ở đây chưa có người thứ hai nào chứng đắc. Qua 15 ngày tu tập theo sự chỉ dẫn của thầy, *Sĩ-đạt-ta* đạt đến cảnh giới thiền định đó.

Đây là một kết quả bất ngờ khiến cho lão sư vô cùng ngạc nhiên. Và cũng giống như ông *A-ra-ta Ca-la-ma* trước đây, ông công khai bày tỏ sự khâm phục của

---

[1] Tiếng Phạn là Udraka Rāmaputra, tức là Udraka, con của Rāma.

mình và đề nghị *Sĩ-đạt-ta* ở lại để cùng ông dắt dẫn đồ chúng.

Mặc dù đã chứng đắc một mức thiền định cao trổi hơn, nhưng *Sĩ-đạt-ta* nhận ra vẫn chưa phải là chỗ giải thoát rốt ráo mình mong muốn. Ngài đem suy nghĩ ấy nói thật với thầy và từ chối lời đề nghị ở lại, với lý do cần phải ra đi tìm một sự giải thoát hoàn toàn cho vấn đề sinh tử.

Vị lão sư rất kính phục ý chí và tâm nguyện của ngài, đồng ý để ngài ra đi mặc dù trong lòng ông rất buồn khổ và luyến tiếc vị đệ tử siêu phàm này.

19. VÀO RỪNG KHỔ HẠNH

Sau khi rời chỗ ông *Uất-đầu Lam-phất*, ngài đi về hướng con sông *Ni-liên-thiền*.[1] Ngài nghe nói ở đó có một khu rừng gọi là rừng Khổ hạnh. Gọi tên như vậy là vì các vị chuyên tu khổ hạnh đều muốn tìm đến nơi này. Rừng ở đây thâm u, tịch mịch, nhiều nơi chưa từng có dấu chân người. Có núi đá hiểm trở bao quanh, khí hậu buốt giá quanh năm, đủ các điều khó khăn ghê rợn thách thức sự bền chí của con người.

Vì đã trải qua hầu hết các phép tu nổi tiếng của đương thời mà không đạt được kết quả mong muốn, nên ngài suy nghĩ lại và cho rằng cách tu khổ hạnh cũng có thể dẫn đến kết quả. Ngài nghiệm rằng khi thân thể còn bị phụ thuộc vào những ham muốn dục lạc thì rất khó đạt đến chỗ giải thoát. Như vậy, cách tu khổ hạnh kiềm chế hết những ham muốn của cơ thể, có thể dần dần diệt sạch đi và giúp cho tâm thức đạt đến sự giải thoát.

Mặc dù kinh nghiệm tự thân của ngài về sau chỉ ra rằng đó là một lý thuyết sai lầm, nhưng qua một thời gian dài chưa tìm được chân lý nên lúc đó ngài quyết định phải tự thử nghiệm qua phép tu này.

Ban đầu, ngài tìm một động đá và vào đó bắt đầu cuộc tu tập của mình. Ngài nhịn dần sự ăn uống, ngài

---

[1] Tiếng Phạn là Nairānjana.

khống chế mọi cử động, mọi suy nghĩ, cho đến ngài thử nghiệm cả lối tu nhịn thở cho thân thể phải khô héo, chết dần.

Được ít lâu thì có năm người khác đến. Nhóm người này gồm các ông *Kiều-trần-như, Át-bệ, Thập-lực Ca-diếp, Ma-nam Câu-ly* và *Bạc-đề*,[1] cũng đến đây để tu lối khổ hạnh. Thấy sự chuyên cần mạnh mẽ của ngài thì họ kính phục lắm nên đến ở gần đó, kết bạn để cùng tu.

Với ý chí sắt đá trên đường tìm đạo, khi đã đến với phép tu nào, ngài cũng đều hết lòng chuyên cần, nỗ lực. Khi ngài tu khổ hạnh, ngài cũng đem hết lòng mà hành trì vượt xa cả những nhà tu khổ hạnh khác. Vì thế, cho dù thân thể gầy mòn, khô héo như kẻ chết rồi, mà ý chí ngài vẫn không nao núng. Ngài kiên trì theo đuổi sự khổ hạnh trong nhiều năm liên tục.

Cho đến một ngày kia, ngài vận dụng trí tuệ để quán chiếu và thấy việc tu khổ hạnh không phải là giải pháp cứu cánh. Ngài nhận ra rằng thân xác và tinh thần liên quan chặt chẽ cùng nhau, và sự suy sụp của thân xác cũng kéo theo sự tàn lụi của tinh thần. Khi đó, ánh sáng giác ngộ không thể nào phát sinh ra được.

Sau khi nhận thức rõ vấn đề như thế, ngài quyết định khôi phục lại sức mạnh thể xác trước khi tiếp tục con đường tìm đạo. Ngài bỏ chỗ ngồi trong động đá, đi

---

[1] Tiếng Phạn là Khadrinya, Acvjit, Vāshpa, Mahānāman và Bhadrika.

ra bờ sông *Ni-liên-thiền* để tắm gội và chuẩn bị xuống xóm làng bên dưới để khất thực.

Nhưng sức lực ngài chẳng còn bao nhiêu. Vừa đến mé sông thì ngài đã ngã nhào trôi theo dòng nước. May nhờ bám được một cành cây nhỏ từ trong bờ nhô ra, ngài mới gượng mà bò dần lên bờ sông rồi nằm ngất ở đó.

Khi ấy có một cô gái tên là *Sujata,* con của vị trưởng thôn gần đó, đang mang một bình sữa đi cúng thần. Khi đi ngang chỗ bờ sông, thấy ngài nằm ngất ở đó, liền đến cạy miệng đổ sữa vào. Nhờ vậy, hồi lâu ngài mới hồi tỉnh lại.

Thấy sự khổ hạnh thực sự không thể đưa đến chỗ giải thoát, nên sau khi tỉnh lại, ngài quyết định bỏ hẳn lối tu lầm lạc ấy. Ngài mang bình bát đi xuống chỗ xóm làng bên dưới mà khất thực để ăn uống bình thường trở lại.

Năm người trong nhóm các ông *Kiều-trần-như* thấy ngài bỏ lối tu khổ hạnh, bèn cười chê mà cho là ngài đã thối chí. Họ liền bỏ ngài mà đi đến thành *Ba-la-nại.*[1]

---

[1] Tiếng Phạn là Bénerês.

20. DƯỚI CỘI BỒ ĐỀ

Vì tấm áo ngài đang mặc đã rách nát qua những năm dài khổ hạnh, ngài liền nhận một tấm vải cúng dường từ những người trong xóm. Từ đó, *Sĩ-đạt-ta* quay về với cách tu thiền quán và hàng ngày vào xóm khất thực. Có những hôm, cô bé *Sujata* mang vật thực đến để ngài không phải đi vào xóm nữa. Ngài chuyên tâm thiền quán dưới một cội cây *bồ-đề* gần ven sông.

Qua một thời gian, sức khỏe của ngài dần dần hồi phục như trước. Thân thể cũng lấy lại được những vẻ đẹp uy nghi và thanh lịch. Việc thiền quán của ngài ngày càng tinh tấn hơn.

Một ngày kia, trong lúc tham thiền ngài tự suy nghĩ rằng:

"Chặng đường tìm đạo của ta đã trải qua bao nỗ lực, cố gắng mà đến nay vẫn chưa thành tựu. Nếu trong kiếp sống này ta không đạt được chân lý tối cao thì biết đến bao giờ mới thành tựu được điều ấy?"

Nghĩ như vậy rồi, ngài liền phát khởi một tâm niệm cực kỳ kiên cố và dũng mãnh.

Ngài đứng dậy đi vào làng *Ưu-lâu-tần-loa* hóa trai. Nhằm lúc có người thiện nữ là cô *Tu-xà-đa*[1] vừa mới lấy sữa từ con bò quý. Sữa đặc, ngon và có mùi thơm lắm.

---

[1] Tiếng Phạn là Soujata.

Cô trộn sữa với mật ong và bột, rồi để trong cái nồi mới mà nấu thành một thứ thức ăn rất tinh khiết. Cô nói với người hầu gái tên là *Buộc-na*[1] rằng:

"Này em! Em hãy ra ngoài xem có vị tu sĩ nào hôm nay khất thực gần nhà ta chăng?"

Người hầu gái liền ra trước ngõ, nhìn thấy ngài *Sĩ-đạt-ta* đang đi đến, quanh mình có hào quang chiếu ra sáng rực.[2] Người hầu gái trở vào thưa chuyện, cô *Tu-xà-đa* liền vội vã mang thức ăn mới nấu mà ra đứng chờ trước ngõ để cúng dường ngài.

Khi ngài đến, cô *Tu-xà-đa* kính cẩn vái chào rồi quỳ xuống và rửa chân ngài bằng nước thơm. Tiếp đó, cô đặt món thức ăn bằng sữa nấu với bột và mật ong vào bình bát của ngài.

Ngài nhận lấy món cúng dường đó xong, liền quay về chỗ bờ sông *Ni-liên-thiền*. Thọ trai xong, ngài cầm bình bát ném xuống sông và nói rằng:

"Nếu đạo nghiệp của ta được thành tựu, thì bình bát này hãy ngược dòng nước mà trôi lên phía trên."

Ngài nói rồi, bình bát liền rơi xuống giữa sông rồi nổi lên và phăng phăng trôi ngược lên hướng đầu nguồn.

---

[1] Tiếng Phạn là Pournā.

[2] Lúc này do đại nguyện của ngài đã phát ra, nên cảm ứng có hào quang chiếu sáng như vậy.

Khi ấy, ngài bèn quay lại chỗ cội cây *bồ-đề*. Có một bé trai cắt cỏ cho trâu ăn gần đó, tên là *Svastika*.[1] Ngài hỏi xin của em một bó cỏ lớn rồi mang đến trải lên chỗ ngồi nơi cội cây.

Ngài ngồi lên tòa cỏ mới trải, quay mặt về phương Đông, lập lời thệ nguyện quả quyết rằng:

"Ngay dưới cội cây này, cho dù ta có hao mòn hình thể, da nhăn, mặt héo, xương cốt khô rục, nhưng nếu chưa chứng thành đạo quả, ta nguyện không đứng lên rời khỏi chỗ này."

Rồi ngài bắt đầu tham thiền nhập định.

---

[1] Tiếng Phạn là Svastika: dịch là điềm lành (kiết tường). Chữ Vạn (卍) cũng gọi là Svastika.

21. DIỆT TRỪ MA CHƯỚNG

Thái tử *Sĩ-đạt-ta* phát lời đại nguyện xong thì bắt đầu nhập vào đại định.

Ngài lấy tâm chuyên nhất, tâm tinh sạch mà quán chiếu mọi lẽ nhân duyên trong cuộc sống. Định lực của ngài mạnh đến mức trong nhiều tuần liên tiếp ngài không ăn uống gì mà vẫn không cảm thấy đói khát, hơi thở vẫn điều hòa, tinh thần an nhiên sảng khoái.

Trong bảy tuần lễ liên tiếp như vậy, ngài không ra khỏi định. Trong tâm ý ngài tất cả những tạp niệm đã mất sạch, ánh sáng trí tuệ từ trong tâm thức ngày càng bừng lên mạnh mẽ, soi rọi hết thảy những ý niệm đến và đi, khởi lên và diệt mất. Dần dần, tâm thức ngài trở nên sáng suốt, tinh tế và an tịnh.

Ngài thấy ra được tất cả những nguyên nhân dẫn đến khổ đau trong cuộc sống. Ngài thấy được sự chi phối của nghiệp lực vào đời sống luân chuyển của hết thảy chúng sanh. Và ngài cũng thấy được những cách tu tập nào có thể đưa chúng sanh đến được bờ giải thoát.

Nhưng tất cả những điều ấy chỉ thực sự bừng sáng lên trong đêm cuối cùng của tuần lễ thứ bảy.

Khi ngài sắp đạt đến chỗ giác ngộ hoàn toàn thì hết thảy những cảnh ma chướng của tham ái, dục lạc và sân nhuế liền bùng lên quấy phá dữ dội.

Thoạt tiên, những ma chướng này quấy phá ngài bằng cách gợi lại những hình ảnh dục lạc của hoàng thành ngày trước. Tâm trí ngài hiện lại đầy đủ những cảnh vui chơi từ ngày niên thiếu, cho đến những buổi yến tiệc linh đình có âm nhạc êm dịu, có mỹ nữ thướt tha. Thậm chí ngài còn nhớ lại cả giây phút đầu tiên gặp *Da-du-đà-la* trong buổi tuyển hoa khôi và trở thành vợ ngài...

Tất cả những ký ức ấy hiện lên trong tâm trí ngài để thôi thúc một việc duy nhất: hãy trở về hoàng cung, biết bao điều lạc thú chốn nhân gian đang đón chờ ngài.

Nhưng với sức mạnh phi thường của ý chí kiên định, ngài nhớ đến lời đại nguyện khi bắt đầu tham thiền, và quán xét sâu vào sự giả tạo, tạm bợ của tất cả những điều dục lạc. Tâm trí ngài trở nên nguội lạnh, thản nhiên với những hình ảnh ma chướng khởi lên.

Tiếp đến là những ma chướng của sự khiếp sợ khởi nên. Chúng hiện hình thành những hung thần, ác quỷ bao quanh dọa dẫm ngài, rồi đến những hình ảnh ghê rợn hơn như các loài ác thú, độc xà. Chúng còn tạo thành những âm thanh gầm rú khủng khiếp để làm cho ngài phải phân tán tư tưởng. Những âm thanh, hình ảnh đó được kèm theo với ảo giác của mưa to gió lớn, giông bão, sấm sét, giăng bủa khắp trời.

Ngài nhớ đến lời đại nguyện, nhớ đến những năm tháng khổ hạnh và thấy thản nhiên trước mọi thứ. Những điều ghê sợ nhất ngài đã từng trải qua, và chúng không thể làm cho ngài nao núng tâm trí. Không có gì đáng khiếp sợ hơn là cái lưới sắt sinh tử bao bọc hết thảy mọi người. Ngài nghĩ đến sự già chết mà không ai tránh khỏi, và không thấy nao núng chút nào trước những sự đe dọa mà ngài cho là tầm thường hơn. Giờ đây chỉ có một con đường: ngài sẽ tiếp tục tham thiền cho đến khi thành chánh quả.

Khi sự khiếp sợ không làm ngài lay chuyển, chúng dần lắng dịu đi. Những ma chướng về ái dục bắt đầu khởi lên. Chúng hiện thành những đoàn mỹ nữ khỏa thân múa hát ẻo lả bao quanh ngài. Rồi khi ngài vẫn an nhiên bất động, chúng hiện hình *Da-du-đà-la* dẫn đầu đoàn mỹ nữ ấy.

Ngài nhớ lại hình ảnh những mỹ nữ nằm ngủ say la liệt trên sàn nhà vào đêm ngài ra đi xuất gia. Và ngài thấy rõ sự giả tạo của sắc đẹp. Điều đó làm cho ngài thản nhiên trước sự quấy rối của ma chướng.

Rồi hình ảnh *Da-du-đà-la* lại hiện ra, cùng với *La-hầu-la*, con ngài. Ngài thấy *Da-du-đà-la* buồn rầu, sầu thảm, khóc lóc bi lụy mong ngài trở về hoàng cung. Ngài lại thấy cả vua *Tịnh-phạn* già yếu, run rẩy, mong ngóng ngài quay về...

Ngài quán xét tất cả những điều ấy chỉ là ảo ảnh. Ngài thấy biết mọi cuộc chia ly của người đời sớm muộn đều phải đến, vì sự kết hợp trong tình thân tộc, ái luyến, thảy đều chỉ là giả tạm, nhất thời, trong chuỗi sanh tử luân lưu vô số kiếp. Ngài biết rằng tình thương yêu cao quý hơn hết chính là tình thương yêu ngài dành cho tất cả nhân loại và muôn loài, đã thúc đẩy ngài lìa bỏ cung vàng điện ngọc ra đi tìm phương cách diệt trừ sự khổ não của già yếu, bệnh tật và cái chết. Vì thế, giờ đây ngài càng phải tinh tấn nỗ lực thiền quán hơn nữa để đạt đến mục đích tối thượng đã đề ra.

Và hết thảy những ma chướng đều không làm lay chuyển được tâm ý kiên định của ngài.

Dần dần, tâm ý ngài trở nên yên tĩnh, sáng suốt lạ thường, vì tất cả những ma chướng từ sâu thẳm trong tiềm thức nổi lên đều đã bị ngài hàng phục, diệt sạch.

Ánh sáng giác ngộ giờ đây bắt đầu bừng lên trong tâm ngài...

22. KHOÁT NHIÊN ĐẠI NGỘ

Thái tử *Sĩ-đạt-ta* ngồi tham thiền nhập định nơi cội cây *bồ-đề* liên tục trong 49 ngày đêm không ăn uống, ngơi nghỉ. Ngài đã dẹp sạch tất cả những phiền não, ma chướng tích tụ từ nhiều đời. Tâm trí ngài lắng dịu, sáng tỏ và ánh sáng giác ngộ bừng lên.

Quá nửa đêm, vào canh một, ngài chứng đắc phép *Túc mạng minh*, thấu hiểu những sự việc đã trải qua trong các đời trước. Không những ngài thấy rõ các tiền kiếp của chính mình, ngài cũng thấu rõ cả tiền kiếp của hết thảy chúng sanh, có thể phân biệt được từng người trong vô số vô lượng chúng sanh mà không có sự sai lệch, lầm lẫn nào.

Đến canh hai, ngài chứng đắc phép *Thiên nhãn minh*, nhìn thấy rõ được sự sinh ra và hoại diệt của chúng sanh như thế nào. Ngài thấy biết được hết thảy sự luân chuyển của mỗi chúng sanh trong sáu nẻo luân hồi,[1] như người ta biết rõ những gì đang xảy ra trước mắt mình vậy.

Sang canh ba, ngài chứng đắc phép *Lậu tận minh*, thấy rõ tất cả các pháp ô nhiễm được chấm dứt như thế nào. Khi đắc phép này, ngài có năng lực chuyển hó

---

[1] Lục đạo luân hồi, gồm có trời, người, a-tu-la, địa ngục, ngạ quỷ và súc sanh. Mỗi chúng sanh tùy theo nghiệp lực đã tạo của mình mà luân chuyển vào một trong sáu nẻo ấy.

được hết thảy những phiền não trong ba cõi,[1] nên không còn bị rơi vào vòng sanh diệt của ba cõi nữa.

Khi sao mai vừa mọc lên ở chân trời phương Đông thì ngài giác ngộ hoàn toàn. Với ánh sáng trí tuệ của bậc giác ngộ, ngài nhìn thấy rõ sự luân hồi mãi mãi của hết thảy chúng sanh. Dù là kẻ sang, người hèn, dù ở trong đường lành hay nẻo ác, họ liên tục tái sinh đời này qua đời khác, tùy theo nghiệp quả của mình. Khi nhìn thấu sự sinh khởi và diệt đi của muôn pháp, ngài liền cất lên lời than rằng:

"Lạ thay! Lạ thay! Hết thảy chúng sanh đều sẵn có trí tuệ sáng suốt. Hết thảy chúng sanh đều sẵn có tự tánh tròn đầy như chư Phật. Chỉ vì sự mê muội mà phải chịu chìm trong bể khổ, chịu sự lưu chuyển luân hồi mãi mãi."

Vì ngài bây giờ là bậc tỉnh thức, giác ngộ hoàn toàn, nên được gọi là Phật.[2]

Lúc bấy giờ là một đêm trăng tròn tháng chạp âm lịch, ngài vừa tròn 35 tuổi.

Với trí giác ngộ hoàn toàn đó, ngài tiếp tục quán sát những nguyên nhân sự sanh khởi và diệt đi của các pháp. Ngài thấy rằng tất cả các pháp trong vũ trụ này

---

[1] Ba cõi, hay tam giới, là dục giới, sắc giới và vô sắc giới.

[2] Tiếng Phạn là Buddha, nghĩa là người tỉnh thức, bậc giác ngộ. Đọc thành âm Phật là theo sự chuyển âm sang chữ Hán rồi mới sang tiếng Việt. Còn ngày xưa kia người Việt trực tiếp nhận đạo Phật từ Ấn Độ truyền sang thì đọc thành âm Bụt, hay Bụt-đà.

đều có sự quan hệ chằng chịt với nhau: cái này sanh ra thì cái kia sanh ra, cái này diệt đi thì cái kia diệt đi.[1] Do không có được sự hiểu biết chân chánh, nên người ta luôn luôn nhìn sự vật theo một cách phiến diện, không biết rằng khi nhìn được toàn cảnh, thì một chồi non bé nhỏ cũng có mối quan hệ mật thiết với mặt trời to lớn và xa xôi kia. Cũng vậy, từng hạt bụi nhỏ nhoi bay quanh ta cũng có mối quan hệ chặt chẽ với sự phát triển tốt lên hay xấu đi của cả một xã hội loài người.

Rồi ngài nhận ra vòng nhân quả khép kín dẫn đến sự già chết của chúng sanh. Trong xâu chuỗi khép kín đó có cả thảy 12 yếu tố là vô minh,[2] hành,[3] thức,[4] danh sắc,[5] căn,[6] xúc,[7] thụ,[8] ái,[9] thủ,[10] hữu,[11] sanh[12] và lão tử.[13]

---

[1] Nguyên lý này được gọi tên là Y tha khởi.

[2] Sự mê muội, tối tăm, không có trí tuệ.

[3] Hành động tạo nên nghiệp quả.

[4] Sự nhận thức, hiểu biết, cảm nhận.

[5] Tên gọi và hình sắc, tức là toàn bộ thế giới hiện hữu trong ý thức con người.

[6] Hay lục căn, là những giác quan giúp con người giao tiếp và cảm nhận thế giới bên ngoài. Sáu căn là mắt, tai, mũi, lưỡi, thân và ý.

[7] Sự tiếp xúc giữa sáu căn bên trong và sáu trần bên ngoài. Sáu trần là hình sắc, âm thanh, hương, vị, sự xúc chạm và các pháp.

[8] Sự cảm thụ.

[9] Lòng yêu chuộng, luyến ái.

[10] Giữ lấy, bám chặt lấy.

[11] Sở hữu, xem là của riêng mình, không chấp nhận sự chia sẻ với ai khác.

[12] Tạo thành một đời sống mới, sanh ra.

[13] Già và chết. Hai hiện tượng này được xem như một, chỉ là hai hình thức biểu hiện khác nhau. Đã có sanh ra tất nhiên phải có già chết.

Các yếu tố này liên kết chặt chẽ với nhau.[1] Mỗi yếu tố vừa là nhân để sanh ra yếu tố khác, đồng thời cũng là quả được sanh ra từ một yếu tố khác nữa. Con người chỉ thấy được sự già chết trước mắt mình, mà không biết rằng nguyên nhân dẫn đến nó đã phát khởi từ sự mê muội, u tối. Vì vậy, ngài cũng thấu hiểu cả những cách tu tập để phá tan cái vòng nhân quả khép kín ấy, dẫn đến sự giải thoát hoàn toàn không còn phải tái sinh thọ nghiệp.

Sau khi quán sát như thế, ngài liền đọc lên bài kệ rằng:

Lang thang bao kieáp soáng,
Ta tìm nhöng chaúng gaëp,
Ngöôøi xaây döïng nhaø naøy,
Khoå thay phaûi taùi sinh.
OÂi ngöôøi laøm nhaø kia,
Nay ta ñaõ thaáy ngöôi !
Ngöôi khoâng laøm nhaø nöõa,
Ñoøn tay ngöôi bò gaõy,
Keøo coät ngöôi bò tan,
Taâm ta ñaït tòch dieät,

---

[1] Mười hai nhân duyên tuy được kể theo thứ tự như trên nhưng thực sự chúng là một vòng tròn khép kín, không có yếu tố nào có thể được xem là khởi đầu hay kết thúc. Tuy nhiên, bất cứ một yếu tố nào trong đó bị phá vỡ cũng có thể dẫn đến sự phá vỡ tất cả, nghĩa là đoạn trừ được sanh tử.

Tham aùi thaûy tieâu vong.[1]

Khi ấy, chư thiên trên trời hiện ra với những vũ điệu thanh thoát đến kính mừng ngài, rãi hoa trời khắp chốn và ca ngợi trí giác ngộ sáng ngời của ngài.

Từ đây, ngài trở thành đức Phật *Thích-ca Mâu-ni*,[2] bậc giáo tổ khai sáng đạo Phật để truyền lại đời đời cho hậu thế.

------

[1] Bài kệ này ám chỉ việc đi tìm nguyên nhân sinh khởi của đời sống luân hồi. Ngôi nhà chỉ cho thân mạng, người làm nhà chỉ cho ái dục, tức là nguyên nhân sinh khởi. Kèo cột chỉ cho các phiền não, vì chúng bám vào và tồn tại được là do có sự sinh khởi của thân mạng. Đây chính là nội dung hai bài kệ số 153 và 154 được đưa vào Kinh Pháp cú.

[2] Tiếng Phạn là Śākyamuni– Thích-ca là gọi theo họ của ngài, Hán dịch nghĩa là Năng nhân. Mâu-ni nghĩa là tĩnh lặng, vắng lặng. Hán dịch là Tịch mặc.

HỒI THỨ NHÌ

23. CHƯ THIÊN KHUYẾN THỈNH

Trong ba tuần lễ sau đêm thành đạo. Đức Phật ngồi không lay động. Ngài tiếp tục quán xét hết thảy mọi lẽ nhân duyên trong đời sống và cân nhắc việc truyền bá đạo pháp mà ngài vừa chứng đắc. Ngài nghĩ rằng:

"Ta đã giải thoát rồi. Đạo lý mà ta tìm ra thật là cao siêu, vi diệu. Không một đạo lý nào của người đời có thể đem ra so sánh với đạo của ta được. Ai tin và làm theo giáo pháp mà ta truyền dạy, người ấy chắc chắn sẽ đạt đến sự giải thoát, an lạc."

Rồi ngài lấy tâm thuần hòa, tĩnh lặng mà quán sát căn cơ của hết thảy chúng sanh. Ngài than rằng:

"Than ôi! Hết thảy chúng sanh cho dù sẵn có trí tuệ sáng suốt đồng như chư Phật, nhưng vì mê muội không tự thấy bản tâm mình, chạy theo những vọng tưởng giả dối, tạo tác hết thảy các nghiệp thiện ác, khiến phải luân chuyển mãi mãi trong sáu nẻo luân hồi, thật đáng thương thay!

"Nhưng nay giáo pháp này của ta rất cao siêu, thâm áo, chúng sanh căn tánh thấp hèn chẳng thể nào tin nhận được. Nay dù ta có nhọc công mà truyền dạy, nhưng họ chẳng đủ sức để tin hiểu thì phỏng có ích gì? Nếu họ lại sanh tâm khinh chê, báng bổ, thì phải chịu quả báo khôn lường."

Nghĩ như vậy rồi, ngài liền muốn nhập *Niết-bàn*.

Bấy giờ, Ma vương hiện đến trước mặt Phật và nói rằng:

"Bạch đức Thế Tôn! Căn tánh chúng sanh ở cõi này quả thật là rất ngoan ngạnh khó dạy. Dẫu ngài có nhọc công cũng vô ích mà thôi. Nay ngài đã chứng thành đạo quả, sao ngài chưa nhập *Niết-bàn*? Đã đến lúc rồi đó vậy."

Đức Phật lặng thinh không đáp.

Khi ấy, cung điện của chư thiên trên cõi trời đều rúng động.

Đức *Đế-thích*, vua của chư thiên, liền dùng thần thông quán sát nguyên nhân. Ngài bảo với tất cả chư thiên rằng:

"Đức *Thích-ca Mâu-ni* vừa thành đạo. Ánh sáng giác ngộ vừa bừng lên ở cõi *Ta-bà*, rồi sẽ chiếu rạng khắp trong ba cõi. Nhưng nay ngài đang muốn nhập *Niết-bàn*. Ma vương đã đến thỉnh ngài nhập *Niết-bàn*. Nếu ngài nhập *Niết-bàn*, trần thế sẽ lại chìm trong đêm dài u tối, ba cõi không có ai làm đấng đạo sư dẫn dắt."

Đế-thích nói vậy rồi liền cùng với chư thiên vây quanh, hiện xuống nơi Phật thành đạo. Các vị cung kính lễ bái rồi thưa thỉnh rằng:

"Bạch đức Thế Tôn! Giáo lý mà ngài đã chứng đắc thật là cao siêu, vi diệu. Giáo lý ấy có thể cứu khổ cứu nạn cho hết thảy các hàng trời, người và chúng sanh trong ba cõi. Ai tin và làm theo ngài đều sẽ được an lạc, giải thoát. Vậy xin ngài hãy thương xót chúng sanh mà rộng truyền ra khắp chốn, phá tan sự mê tối của ngàn đời. Xin ngài đừng nhập *Niết-bàn* vào lúc này."

Đức Phật lặng thinh không đáp.

Đế-thích lại thưa thỉnh lần nữa rằng:

"Bạch đức Thế Tôn! Xin ngài thương xót hết thảy chúng sanh. Xin ngài đừng nhập *Niết-bàn* vào lúc này. Cho dù căn cơ của chúng sanh có thấp hèn, nhưng cũng có những kẻ thiện căn đầy đủ, khát ngưỡng Phật pháp. Những kẻ ấy sẽ tiếp nối đạo ngài, sẽ tiếp bước ngài mà rộng truyền chánh pháp. Bạch đức Thế Tôn! Xin ngài đừng nhập *Niết-bàn* vào lúc này."

Đức Phật vẫn lặng thinh không đáp.

Đế-thích lại thưa thỉnh lần thứ ba nữa rằng:

"Bạch đức Thế Tôn! Xin ngài hãy vì tất cả chúng sanh mà quay bánh xe pháp.[1] Xin ngài hãy rộng truyền giáo lý tối thượng tối tôn mà ngài vừa chứng đắc. Xin ngài hãy tùy thuận nơi căn cơ thấp hèn của chúng sanh mà tuần tự dẫn dắt để họ được bước dần lên bến bờ giải thoát."

---

[1] Chuyển pháp luân – Cụm từ này được dùng trong kinh điển để chỉ việc đức Phật khai diễn giáo lý tối thượng.

Khi ấy, đức Phật liền nghĩ rằng:

"Đáng khen thay cho vua cõi trời *Đế-thích*, đã ba lần cầu thỉnh ta quay bánh xe pháp, làm lợi ích cho hết thảy chúng sanh. Nay ta nhận thấy chúng sanh có những kẻ ngu mê si dại, nhưng cũng có những người trí tuệ lanh lợi. Nếu ta dùng phương tiện giảng giải cho họ nghe theo thứ lớp, dùng những điều từ dễ đến khó, từ thấp lên cao mà tuần tự dẫn dắt, thì giáo pháp của ta cũng có thể rộng truyền ra mà cứu độ chúng sanh được vậy."

Ngài liền yên lặng mà nhận lời khuyến thỉnh của chư thiên.

Khi ấy, *Đế-thích* và chư thiên vui mừng khôn xiết, liền rãi hoa trời xuống chỗ ngài để cúng dường, lại có chư thiên trổi nhạc trời và ca múa, tán thán Phật.

24. NHỮNG ĐỆ TỬ ĐẦU TIÊN

Khi ấy, đức Phật quyết định sẽ truyền bá rộng rãi giáo lý mà ngài đã chứng đắc. Ngài nghĩ rằng, như dưới một cái hồ sen kia, nở ra các thứ hoa xanh, hoa trắng, có hoa còn ở dưới nước, có hoa đã nổi lên trên, lại có hoa vượt lên thật cao mà không thấm nước; chúng sanh cũng như thế, có người thanh bai, có kẻ ô trược, có người lanh lợi, có kẻ chậm lụt, có người cao thượng, có kẻ thấp hèn, có người sẽ hiểu đạo, có kẻ lại không thông. Ngài suy nghĩ mà thương tất cả, xem các chúng sanh ấy bình đẳng như nhau, đều là những đóa hoa sen, dù đã nở ra, hoặc chìm dưới nước, hoặc vươn trên trời.

Ngài liền rời khỏi cội cây *bồ-đề*, đi về phía xóm làng để khất thực.

Bấy giờ có hai anh em nhà kia, tên là *Đế-lê-phú-bà* và *Bạt-lê-ca*,[1] đi buôn xa trở về. Họ đem theo năm trăm cỗ xe, vừa đến chỗ đoạn đường Phật đang đi khất thực.

Hai người vừa trông thấy đức Phật, dung mạo uy nghi, bước đi khoan thai, hào quang rạng chiếu, thì liền sinh lòng kính ngưỡng vô cùng. Họ hỏi nhau rằng:

"Vị tu sĩ này có muốn dùng thức ăn của chúng ta chăng?"

---

[1] Tiếng Phạn là Tropousha và Bhallika.

Hai người liền trở lại xe, lấy bánh trái và thức ăn mà dâng lên. Đức Phật thọ nhận lấy và nói pháp cho họ nghe.

Hai chàng vui mừng tin nhận, được Phật cho thọ lễ quy y Phật và quy y Pháp. Đây là hai vị đệ tử cư sĩ đầu tiên.

Khi ấy, Phật muốn trở lại cứu độ cho hai ông thầy cũ là ông *A-ra-ta Ca-la-ma* và ông *Uất-đầu Lam-phất*, nhưng ngài quán xét biết hai ông đều đã tạ thế hồi gần đây.

Ngài liền nhắm hướng thành *Ba-la-nại*[1] mà đi đến, vì ngài biết nhóm ông *Kiều-trần-như* năm người hiện đang ở đó, trong khu vườn có tên là Lộc Uyển.[2]

Ngài đi đến núi *Già-da*,[3] gặp một tu sĩ tên là *U-ba-ca*.[4] Vị này trông thấy đức Phật tướng mạo uy nghi, hình dung khác thường, lấy làm kính ngưỡng, liền lễ bái và thưa hỏi:

"Xin ngài cho tôi biết ngài là ai? Và ai là thầy của ngài?"

Đức Phật đáp:

---

[1] Tiếng Phạn là Bénarès.

[2] Cũng gọi là vườn Lộc, hay vườn Nai, ấy là gọi theo nghĩa, vì lộc nghĩa là nai. Tuy nhiên, các sách cũ đều dùng tên Lộc Uyển.

[3] Tiếng Phạn là Gaya.

[4] Tiếng Phạn là Oupka.

"Ta là bậc giác ngộ, là kẻ tỉnh thức. Không có ai là thầy của ta cả."

Đức Phật đến thành *Ba-la-nại*, vào thành mà hóa trai. Rồi ngài đến Lộc Uyển, chỗ cư ngụ của năm người trong nhóm ông *Kiều-trần-như*, những người ngày xưa đã cùng ngài tu khổ hạnh ở trong rừng.

Cả năm người thấy ngài từ xa đã nhận biết và bàn với nhau rằng: "Chính là người mà trước đây đã thối chí nơi rừng Khổ hạnh. Ông ấy không đủ sức theo đuổi đường tu như chúng ta, không đáng để cho ta kính trọng. Khi ông ấy đến đây, ta không cần phải tiếp rước, không cần phải đứng dậy chào, không cần phải mời ngồi."

Họ cùng sắp đặt với nhau như vậy. Nhưng khi đức Phật khoan thai bước đến, dáng uy nghiêm của ngài như có một mãnh lực khiến bọn họ đều phải đứng cả lên. Rồi họ cùng vái chào đức Phật, người nâng lấy áo, người cầm bình bát, người mời ngồi, và có người mang nước đến rửa chân cho ngài.

Đức Phật ngồi yên và rửa chân xong, bèn nói với năm người ấy rằng:

"Này các vị! Ta đã tìm được đạo giải thoát. Ta là bậc đã giác ngộ hoàn toàn. Nếu các ngươi lắng nghe ta, ta sẽ dạy cho các ngươi chân lý đưa đến sự giải thoát."

Cả năm người đồng thanh hỏi rằng:

"Ngày xưa, ngài tinh cần trong phép tu khổ hạnh mà chẳng thành đạo quả. Ngày nay, ngài đã từ bỏ lối sống ấy mà chạy theo vật thực, làm thế nào có thể thành đạo được?”

Đức Phật mỉm cười hiền hòa, giải thích:

“Này các vị! Ta chẳng hề chạy theo cuộc sống vật thực, mà là ta đã chứng nghiệm được con đường đúng đắn để tu tập.

“Này các vị! Sự khổ hạnh, hành hạ xác thân cũng tai hại không kém gì ham mê dục lạc, vùi sâu trong sự hưởng thụ. Người sáng suốt phải biết tránh cả hai con đường ấy, biết nuôi dưỡng thân thể vừa đủ, khỏe mạnh để làm phương tiện mà tu dưỡng tâm ý, thì mới có thể đạt đến chỗ giải thoát.”

Nghe lời giải thích của ngài, năm người trong nhóm *Kiều-trần-như* đều lấy làm kính phục. Họ đồng loạt quỳ xuống thưa rằng:

“Kính bạch đức đạo sư! Ngài là người đã soi sáng tâm trí cho chúng con, chỉ ra con đường đúng đắn để chúng con đi theo, từ bỏ những hiểu biết sai lầm trước đây. Kể từ nay, xin ngài nhận chúng con làm đệ tử mà truyền dạy cho đạo giải thoát.”

Đức Phật hoan hỷ nhận lời.

Và đó là năm vị đệ tử xuất gia đầu tiên của Phật, năm thành viên đầu tiên của giáo hội *Tăng-già*.[1]

---

[1] Tiếng Phạn là Sangha.

Từ đó bắt đầu sự hiện hữu của ngôi Tam bảo[1] ở chốn thế gian này.

---

[1] Tam bảo gồm có Phật, Pháp và Tăng-già.

25. THUYẾT PHÁP LẦN ĐẦU TIÊN

Đức Phật nhận năm anh em ông *Kiều-trần-như* làm những vị đệ tử đầu tiên rồi, ngài liền vì các ông mà khai diễn pháp Tứ diệu đế. Đây là buổi thuyết pháp chính thức lần đầu tiên của ngài, có ghi lại trong kinh *Chuyển pháp luân*.

Đức Phật dạy rằng:

"Này các *tỳ-kheo*! Người muốn sống cuộc đời trí tuệ, cần phải tránh xa hai lối sống cực đoan.

"Một là sống sung sướng quá độ. Hạng người này miệt mài trong những cuộc truy hoan, họ thích yến tiệc hội hè, chỉ biết thỏa mãn dục lạc mà thôi. Họ là những kẻ hèn hạ. Hành vi của họ xấu xa và vô ích, không sánh được với người muốn đến cõi trí tuệ.

"Còn một hạng cực đoan khác, chỉ biết sống khổ hạnh thôi. Họ thiếu thốn tất cả, từ chối hết tất cả. Hành vi của họ cũng thật đáng thương và vô ích, không sánh được với người muốn đến cõi trí tuệ.

"Này các *tỳ-kheo*! Bậc giác ngộ tránh xa hai lối sống cực đoan ấy. Người tìm được đường Trung đạo. Lần theo con đường này, người ta sẽ tìm được ánh sáng soi tỏ tâm trí, người ta sẽ đến chỗ an lạc, cõi trí tuệ, cõi *Niết-bàn*."

Khi ấy, năm vị đệ tử đều trân trọng lắng nghe những lời dạy của bậc giác ngộ, nhận rõ những sai lầm trước đây của mình.

Đức Phật nói tiếp rằng:

"Này các *tỳ-kheo*! Ta sẽ giảng với các ngươi về pháp *Tứ diệu đế*, tức là bốn chân lý trong cõi đời này. Ai thấu rõ bốn chân lý ấy, có thể đạt đến chỗ giải thoát, an lạc.

"Này các ngươi! Chân lý thứ nhất là về sự khổ. Sanh ra là khổ, già suy là khổ, bệnh tật là khổ, chết đi là khổ. Phải gặp gỡ tiếp xúc với những người mình không ưa thích cũng là khổ. Phải xa cách với những người mình yêu thương cũng là khổ. Cầu mong điều gì mà không được vừa ý là khổ. Các giác quan trong thân thể bám víu theo những sự thọ cảm, hình sắc, hành động với sự nhận biết cũng đều là khổ.[1] Những điều ấy không ai có thể phủ nhận được. Đó gọi là Khổ đế.

"Này các *tỳ-kheo*! Chân lý thứ hai là về nguồn gốc của sự khổ. Sự khao khát, ham muốn trong đời sống và ái dục dắt dẫn chúng sanh đi từ đời này sang đời khác, lại có sự vui sướng và tham vọng luôn đi theo. Muốn cho tham vọng được thỏa mãn thời phải có quyền thế. Khao khát, ham muốn quyền thế, khao khát được vui sướng, khao khát sống đời, đó là nguồn gốc của sự khổ. Đó gọi là Tập đế.

"Này các *tỳ-kheo*! Chân lý thứ ba là về sự diệt khổ. Dứt bỏ hoàn toàn sự khao khát, ham muốn, ấy là diệt khổ. Bởi vì không còn ham muốn, khao khát thì sự khổ

---

[1] Trong kinh gọi là Bát khổ. Đó là 1.Sanh khổ, 2. Lão khổ, 3. Bệnh khổ, 4. Tử khổ, 5. Ái biệt ly khổ, 6. Oán tắng hội khổ, 7. Cầu bất đắc khổ, 8. Ngũ thạnh ấm khổ.

không còn nguyên nhân để sinh khởi nữa. Đó gọi là Diệt đế.

"Này các *tỳ-kheo*! Chân lý thứ tư là về con đường đưa đến diệt khổ. Đó là tám con đường chân chánh để tu tập đưa đến diệt khổ. Tám con đường ấy là: chánh tri kiến,[1] chánh tư duy,[2] chánh ngữ,[3] chánh nghiệp,[4] chánh mạng,[5] chánh tinh tấn,[6] chánh niệm[7] và chánh định.[8] Đó gọi là Đạo đế.[9]

"Này các *tỳ-kheo*! Ta đã dạy cho các ngươi biết chân lý nhiệm mầu về sự khổ. Trước ta, chưa có ai thấy biết được. Nay ta đã hiểu, ta cũng làm cho các ngươi được hiểu như vậy.

"Này các *tỳ-kheo*! Ta đã dạy cho các ngươi biết chân lý nhiệm mầu về nguồn gốc của sự khổ. Trước ta, chưa có ai thấy biết được. Nay ta đã hiểu, ta cũng làm cho các ngươi được hiểu như vậy.

---

[1] Quan niệm đúng đắn về giáo lý, nhất là về Tứ diệu đế và giáo lý Vô ngã.

[2] Suy nghĩ đúng đắn, có mục đích chân chính, nhất là suy xét ý nghĩa Tứ diệu đế không lầm lạc.

[3] Nói lời đúng đắn, chân chánh, không nói dối, không nói lời phù phiếm.

[4] Theo các nghiệp lành, chân chánh, không phạm vào giới luật.

[5] Chọn nghề nghiệp sinh sống không tạo ra ác nghiệp, không nhiễu hại các chúng sanh khác.

[6] Tinh tấn trong việc phát triển các điều thiện, diệt trừ các điều ác.

[7] Luôn luôn tỉnh giác trong cả ba nghiệp thân, miệng và ý.

[8] Tu tập thiền định chân chánh đạt đến giải thoát, an lạc.

[9] Tám con đường này gọi là Bát chánh đạo, nghĩa là tám con đường chân chánh. Cũng gọi là Bát thánh đạo, vì là tám con đường do bậc thánh truyền dạy.

"Này các *tỳ-kheo*! Ta đã dạy cho các ngươi biết chân lý nhiệm mầu về sự diệt khổ. Trước ta, chưa có ai thấy biết được. Nay ta đã hiểu, ta cũng làm cho các ngươi được hiểu như vậy.

"Này các *tỳ-kheo*! Ta đã dạy cho các ngươi biết chân lý nhiệm mầu về con đường đưa đến diệt khổ. Trước ta, chưa có ai thấy biết được. Nay ta đã hiểu, ta cũng làm cho các ngươi được hiểu như vậy.

"Này các *tỳ-kheo*! Tu tập theo con đường Trung đạo là như vậy. Đó là con đường mà ta đã tìm được. Con đường ấy đưa đến cõi an lạc giải thoát, cõi trí tuệ, cõi *Niết-bàn*.

"Này các *tỳ-kheo*! Người nào chưa thấu rõ bốn chân lý ấy thì nên biết rằng, dù người ấy ở cõi này hay cõi tiên, cõi Ma vương hay cõi Phạm thiên, hoặc ở trong tất cả chúng sanh, *tỳ-kheo* hay *bà-la-môn*, đều là chưa đạt đến quả Phật Như-lai.

"Này các *tỳ-kheo*! Người nào đã thấu rõ bốn chân lý ấy thì nên biết rằng, dù người ấy ở cõi này hay cõi tiên, cõi Ma vương hay cõi Phạm thiên, hoặc ở trong tất cả chúng sanh, *tỳ-kheo* hay *bà-la-môn*, đều có thể đạt đến quả Phật, Như Lai. Người ấy đã được giải thoát rồi, không còn phải tái sinh trong luân hồi nữa."[1]

---

[1] Người tu tập Tứ diệu đế có thể chứng đắc bốn thánh quả: quả Dự lưu, bắt đầu nhập vào dòng thánh, quả Nhất lai, chỉ còn tái sinh một lần, quả Bất hoàn, không còn phải tái sinh và quả A-la-hán, là bậc giải thoát xứng đáng nhận sự cúng dường của chư thiên và nhân loại.

Nghe Phật thuyết pháp xong, cả năm vị đều thấy tâm ý sáng suốt, khai mở. Các vị liền phát nguyện tu tập theo lời dạy của Phật. Riêng ông *Kiều-trần-như* sau khi nghe xong liền được pháp nhãn thanh tịnh. Ông thấy rõ luật sinh khởi của vạn pháp: có sinh thì có diệt.

Kể từ hôm đó, năm vị bắt đầu chia nhau đi khất thực. Mỗi ngày có 3 vị mang bình bát đi khất thực, và chia đều thức ăn cho những người ở nhà. Thời gian còn lại, các vị dành trọn cho việc tu tập quán tưởng theo lời Phật dạy.

Chẳng bao lâu, họ đều lần lượt chứng các thánh quả. Về sau, họ trở thành những đệ tử truyền pháp rộng rãi ra khắp nơi.

26. NHỮNG CHÀNG TRAI HƯ HỎNG

Trong thành *Ba-la-nại* có một chàng thanh niên con nhà cực kỳ giàu có tên là *Gia-xá*.[1] Vì nhà giàu được cha mẹ nuông chiều, nên chàng ăn chơi theo lối của hàng vương tôn công tử, thường tổ chức những buổi yến tiệc thâu đêm suốt sáng, có đàn ca hát xướng với mỹ nữ giúp vui.

Nhưng *Gia-xá* vốn là một thanh niên trí thức, có hiểu biết sâu rộng, nên lắm khi chàng cũng băn khoăn tự hỏi về ý nghĩa cuộc sống của mình. Đôi khi, chàng nhận ra những cuộc vui mà mình đang đắm chìm trong đó chẳng có ý nghĩa gì, và chàng đâm ra nhàm chán.

Một hôm nọ, chàng dự một buổi yến tiệc linh đình với rất nhiều mỹ nữ giúp vui, kéo dài cho đến tảng sáng. Khi tiệc đã tàn, *Gia-xá* không sao ngủ được. Chàng cảm thấy chán ngán hơn bao giờ hết cuộc sống kéo dài ngày này sang ngày khác mà không tìm được một ý nghĩa nào mới lạ. Chàng vùng dậy từ trong nhà bước ra ngoài sân. Đi ngang qua phòng lớn, chàng trông thấy các nàng vũ nữ nằm ngổn ngang say ngủ, gác tay gác chân lên nhau, miệng mồm há hốc, phấn son nhễ nhại, không còn chút dáng vẻ xinh đẹp mỹ miều nào.

Trông thấy cảnh ấy trong tâm trạng đang căng thẳng, *Gia-xá* cảm thấy không chịu đựng được nữa.

---

[1] Tiếng Phạn là Yaças.

Chàng bước nhanh ra ngoài sân, miệng lẩm bẩm: "Giả dối quá! Thật là đáng tởm quá!"

Và cứ như thế, chàng băng băng đi qua các đường phố hãy còn tối om, miệng lẩm bẩm những lời chán ngán ấy. Chàng cũng không biết mình đang đi đến đâu, chỉ biết là phải thoát ngay ra khỏi cuộc sống nhàm chán, vô vị mà chàng đã đắm mình trong đó bao nhiêu năm qua.

Một sức mạnh lạ kỳ đưa chàng đến khu vườn Lộc Uyển vào lúc trời vừa sáng rõ.

Đức Phật đang đi thiền hành nơi đó thì gặp *Gia-xá*. Chàng vẫn còn đang lẩm bẩm trong miệng rằng: "Thật đáng tởm quá!"

Vốn biết rõ hết mọi điều suy nghĩ trong tâm tư chàng, Phật đã muốn tiếp độ nên liền lên tiếng nói rằng: "Không có gì đáng tởm cả."

Rồi ngài ung dung tiếp tục thiền hành.

Nghe giọng nói trong trẻo, uy nghiêm của ngài cất lên, tự nhiên tâm trí chàng *Gia-xá* như tỉnh hẳn ra. Chàng đứng ngẩn người ngắm nhìn vẻ đẹp thanh thoát trong từng bước chân của bậc giác ngộ. Bỗng dưng, chàng cảm thấy không thể nào cưỡng lại được, liền ríu ríu cúi đầu đi theo sau lưng ngài.

Được một quãng xa, đức Phật đến ngồi dưới một cội cây, ung dung đợi chàng đến. *Gia-xá* đến nơi, lễ bái ngài rồi chấp tay đứng hầu một bên.

Khi ấy, Phật mới lên tiếng hỏi chàng:

"Vì sao ngươi nói là đáng tởm?"

Chàng *Gia-xá* liền đem hết tâm tư khắc khoải bấy lâu của mình ra trình bày với Phật. Ngài yên lặng lắng nghe. Rồi ngài bắt đầu giảng giải cho chàng nghe thế nào là một cuộc sống thanh cao, mang lại nhiều ý nghĩa cao quý.

Vốn sẵn có tri thức sâu rộng, *Gia-xá* tin nhận lời Phật một cách nhanh chóng. Ngay khi ấy, chàng xin được quy y theo Phật. Phật nhận lời.

Cha của chàng là một thương gia, sau khi đi tìm và biết con đã xuất gia theo Phật, liền đến Lộc Uyển để tìm con. Ông muốn khuyên con trở về nhà, không nên xuất gia. Nhưng khi đến nơi, nghe Phật thuyết pháp, ông liền sanh lòng hoan hỷ, tin theo Phật và xin thọ phép quy y. Ông lại thỉnh Phật đến nhà để cúng dường. Phật nhận lời và cùng đi với các đệ tử đến.

Mẹ và vợ của chàng *Gia-xá* được gặp lại chàng trong y phục *sa-môn*, dáng vẻ oai nghi thoát tục, đều mừng rỡ và hết lòng xin quy y Phật.

Có bốn người bạn của *Gia-xá* là *Tỳ-ma-la,*[1] *Tu-bà-hầu,*[2] *Phú-lan-na-ca*[3] và *Già-bà-bạt-đế,*[4] đều là những kẻ

---

[1] Tiếng Phạn là Vimala.

[2] Tiếng Phạn là Soubāhou.

[3] Tiếng Phạn là Pouranajit.

[4] Tiếng Phạn là Gavāmpati.

cùng chàng ăn chơi trác táng xưa nay. Mấy chàng nghe tin *Gia-xá* xuất gia theo Phật, rất lấy làm kỳ lạ, liền bàn với nhau rằng:

"Anh em chúng ta hãy cùng đến Lộc Uyển để viếng thăm *Gia-xá*. Chúng ta sẽ bảo cho chàng biết sự sai lầm ấy và thuyết phục chàng trở về."

Bốn người vào vườn gặp lúc đức Phật đang thuyết pháp với đệ tử. Khi ấy, ngài liền thuật cho mọi người nghe một câu chuyện như sau:

"Thuở xưa có một vị tu sĩ sống một cách rất đơn sơ trong động đá. Ông lấy vỏ cây làm quần áo, uống nước dưới khe, ăn trái cây rừng và các loại củ, rễ. Ông không giao tiếp cùng ai cả, chỉ làm bạn với một con dê thôi. Con dê cũng biết nói như người, và nó thích hầu chuyện cùng ông lắm. Con dê được nghe ông dạy cho đạo lý nên nó cũng cố gắng noi theo con đường trí tuệ.

"Đến một năm kia, trời hạn hán, nước ở mấy khe núi đều cạn khô, cây cối không còn bông trái chi cả. Vị tu sĩ không còn gì để ăn uống, lấy làm buồn chán bèn vứt bỏ áo vỏ cây, định bỏ đi. Con dê thấy vậy, hỏi rằng: 'Ông nuốn bỏ động đá này mà đi sao?'

"Vị tu sĩ đáp: 'Đúng vậy. Ta muốn về sống với loài người để xin cơm mà độ nhật. Những thứ họ cúng dường cho ta sẽ ngon hơn trái cây và củ rừng ở đây.'

"Con dê nghe nói, lấy làm buồn. Nó thưa ông rằng: 'Ông đừng đi! Lâu nay ông vẫn dạy cho tôi rằng đời sống vật thực là giả tạm. Chúng ta chỉ cần ăn uống đủ sống qua ngày mà tu tập đạo lý thôi. Sao nay ông lại vì tham miếng ăn ngon mà bỏ chốn non cao thanh vắng này? Chỉ có ở đây thì việc tu tập của ông mới mau đạt kết quả mà thôi.'

"Dù biết con dê nói đúng, nhưng vị tu sĩ ấy vẫn quyết ra đi. Con dê liền nói rằng: 'Được, nếu ông muốn đi thì xin chờ tôi một ngày nữa mà thôi, tôi sẽ cố tìm ít thức ăn về đãi ông, rồi mai sẽ đi cũng chẳng muộn gì.'

"Vị tu sĩ đồng ý, con dê liền hớn hở ra đi. Vị tu sĩ ngồi bên bếp lửa trong động đá mà chờ con dê về.

"Dê đi suốt đêm, sáng sớm trở về, không có chút thức ăn nào. Nó đến làm lễ ông và thưa rằng: 'Tôi mang thân loài thú, không đủ trí khôn. Nếu có lỗi lầm gì xin ông tha thứ cho.'

"Nói dứt lời, liền nhảy vào đống lửa.

"Vị tu sĩ hốt hoảng, vội kéo dê ra, hỏi rằng: 'Ngươi định làm gì thế? Vì sao lại liều thân mà muốn chết trong đống lửa?'

"Dê thưa rằng: 'Tôi thật đau lòng không muốn thấy ông vì sự đói khát mà ngã lòng thối chí, rời bỏ nơi này ra đi, nên muốn nhảy vào lửa để có món thịt chín cho ông dùng, để ông còn có thể ở lại động đá này.'

"Vị tu sĩ cảm động lắm. Ông nói: 'Thôi ta không đi nữa. Dù có chết đói, ta cũng sẽ ở đây cùng ngươi.'

"Mấy hôm sau trời mưa. Vị tu sĩ và con dê lại có đủ nước uống với hoa quả để ăn và tiếp tục tu tập nơi động đá."

Đức Phật nín lặng giây lát và nói tiếp rằng:

"Các ngươi có biết con dê lúc đó là ai chăng? Chính là ta đây. Còn vị tu sĩ, chính là một người vừa mới vào vườn này, tên là *Tỳ-ma-la*."

Rồi đức Phật đứng dậy, nói rằng:

"Lúc đó ta làm dê nơi động đá, đã ngăn cản không cho ngươi đi đường tà. Bây giờ ta thành Phật, ta sẽ chỉ cho ngươi đường chánh đạo để mà đi. Mắt ngươi sẽ thấy, tai ngươi sẽ nghe, và bấy giờ ngươi mới hổ thẹn vì muốn lôi kéo bằng hữu yêu quý của mình ra khỏi đường ngay."

Tỳ-ma-la liền sụp lạy dưới chân đức Phật. Chàng nguyện quy y và được Phật nhận làm đệ tử. Ba người đi theo là *Tu-bà-hầu, Phú-lan-na-ca* và *Già-bà-bạt-đế* cũng đều xin theo tu học.

Số đệ tử đến xin theo Phật ngày càng đông hơn. Chỉ trong 6 tháng ngài ở tại Lộc Uyển mà đã đến 60 vị đệ tử xuất gia, mỗi người đều chứng đắc những quả vị cao quý. Còn số đệ tử tại gia xin quy y Tam bảo thì rất nhiều.

Ngày kia, Phật mới bảo với các vị đệ tử rằng:

"Này các ngươi! Đạo giải thoát ta đã chỉ dạy cho các ngươi, các ngươi nên chuyên tâm tu tập. Lại cũng nên vì tất cả chúng sanh mà truyền rộng ra cho người người đều được phần lợi lạc. Nay các người nên chia nhau đi nhiều nơi mà thuyết pháp, để những chốn xa xôi cũng được nghe biết đạo mầu nhiệm của ta.

"Này các người! Trong các hạng chúng sanh, dẫu có nhiều người ngu mê u tối, nhưng cũng lắm người có chí khí thanh tịnh thoát trần. Nếu những người ấy mà không được nghe đạo pháp của ta thì họ chẳng thể nào đạt được chỗ an lạc, giải thoát. Vì vậy các người nên hết lòng mà truyền bá những gì ta đã dạy.

"Lại nữa, từ nay về sau mỗi người các người đều có thể nhận đệ tử xuất gia tu học. Nếu có kẻ muốn xin xuất gia, hãy bảo họ quỳ đọc ba lần lời phát nguyện quy y Tam bảo, rồi cạo bỏ râu tóc đi là được."

Các vị đệ tử chia nhau ra đi. Còn đức Phật thì lên đường đi về hướng thành *Vương-xá*, xứ *Ma-kiệt-đà*, vì ngài muốn giữ lời hứa cũ trước kia với vua *Tần-bà-sa-la*.

27. BA MƯƠI THANH NIÊN XUẤT GIA

Đức Phật đi về hướng *Ma-kiệt-đà* được một quãng xa, ghé vào khu rừng kia và ngồi nghỉ dưới một cội cây. Khi ấy có ba mươi người thanh niên chạy vào rừng.

Những người ấy dáng vẻ hớt hải, mất cả bình tĩnh, cặp mắt láo liên, khi đi chẳng nhìn trên đường mà luôn ngoảnh nhìn quanh quất như đang tìm kiếm một điều gì.

Đến chỗ đức Phật, một người hỏi:

"Ngài có thấy một người đàn bà đi qua đây chăng?"

Đức Phật đáp:

"Ta không thấy. Vì sao mà các ngươi lại đi tìm người đàn bà ấy?"

Mấy chàng thanh niên đáp:

"Chúng tôi ở trong thành *Ba-la-nại*, hôm nay rủ nhau vào rừng chơi, có dẫn theo một cô gái để giúp vui. Vừa rồi ăn uống xong cùng nhau nghỉ trưa trong rừng, chẳng ngờ thừa lúc vắng vẻ cô ấy trốn đi và trộm đồ của chúng tôi rất nhiều, nên chúng tôi đi tìm bắt lại."

Đức Phật liền hỏi:

"Này các ngươi! Hãy nghĩ lại xem lúc này nên đi tìm cô gái ấy hay nên đi tìm lấy chính mình?"[1]

---

[1] Trong lúc hốt hoảng, các thanh niên này để lộ vẻ mất tự chủ, không còn sáng suốt nữa. Với câu hỏi này, đức Phật muốn thức tỉnh họ nhìn lại chính mình.

Nghe câu hỏi lạ lùng, các thanh niên ấy đều lấy làm ngạc nhiên. Họ cùng nhìn lại vị *sa-môn* đang nói chuyện với mình và bấy giờ mới nhận ra thần thái uy nghi, dung mạo sáng rỡ khác thường của ngài. Cả bọn cùng nín lặng, suy nghĩ hồi lâu. Bỗng họ chợt hiểu ra câu hỏi của ngài. Một người lên tiếng nói:

"Thưa ngài, giờ thì chúng con nghĩ là nên tìm lại chính mình."

Đức Phật biết những thanh niên này đã đủ sự hiểu biết để có thể được tiếp độ. Ngài liền dạy cho họ biết rằng hạnh phúc chỉ có thể tìm thấy ngay trong giây phút hiện tại của một đời sống chân chánh và tỉnh thức. Khi con người để cho những lo lắng, buồn phiền, giận dữ hoặc vui mừng chiếm lấy tâm trí mình, họ không còn tỉnh thức nữa và sẽ bị cuốn trôi về quá khứ hoặc tương lai, không thể cảm nhận được cuộc sống chung quanh đúng như thật nữa. Hay nói cách khác, họ đã đánh mất chính mình.

Những chàng thanh niên hiểu thấu được những lời Phật dạy, và họ soi xét lại hoàn cảnh mới rồi của họ, quả thật là họ đã để mất chính mình. Quá sức vui mừng vì được hiểu ra những điều xưa nay chưa từng biết đến, họ hết lời ca ngợi, xưng tán Phật.

Một người định thổi sáo để tỏ lòng vui mừng và biết ơn Phật, nhưng khi lấy ống sáo ra, không hiểu sao anh ta lại đưa đến mời Phật thổi trước.

Những người khác lấy làm ngạc nhiên, không hiểu sao anh chàng này lại làm như thế. Tuy nhiên, thật bất ngờ là đức Phật nhận lấy ống sáo và đưa lên miệng thổi.

Đức Phật thổi sáo với sự tỉnh thức của bậc giác ngộ, nên tiếng sáo như hòa làm một với tâm hồn bao la, trong sáng của ngài. Nó vang lên vi vút kỳ diệu, vọng thấu trên mây cao và làm rung động hết thảy những chim chóc trong rừng cho đến những loài muông thú. Mấy chàng trai đều lặng người đứng nghe, cho đến khi ngài đã ngừng thổi mà họ nghe như tiếng sáo vẫn còn văng vẳng mơ hồ đâu đó... Quả thật họ chưa từng được nghe ai thổi sáo tuyệt diệu đến mức đó.

Các chàng trai liền thưa hỏi Phật về nghệ thuật thổi sáo.

Đức Phật đáp rằng:

"Người thổi sáo phải biết tập trung hoàn toàn vào tiếng sáo, không còn bị chi phối bởi bất cứ ngoại cảnh nào chung quanh nữa. Được như vậy thì tự nhiên sẽ đạt được đến chỗ cao diệu nhất trong nghệ thuật."

Ngài cũng nói tiếp rằng:

"Không riêng gì trong việc thổi sáo, mà nếu người nào biết sống một cách tỉnh thức, thường xuyên kiểm soát tư tưởng của mình hướng theo con đường chân chính, người ấy sẽ có thể dễ dàng đạt đến một cuộc sống an lạc, thanh thản ngay trong hiện tại."

Sau đó, Phật giảng cho những thanh niên này nghe về Bát chánh đạo. Tất cả đều lấy làm hân hoan, liền xin được xuất gia theo Phật.

Phật nhận lời cho cả 30 chàng thanh niên này xuất gia. Nhưng ngài cho biết là ngài đang trên đường đi đến *Ưu-lầu-tần-loa,* nên bảo bọn họ hãy trở lại khu vườn Lộc Uyển để gặp ông *Kiều-trần-như* và sẽ được hướng dẫn tu học.

Và Phật tiếp tục lên đường đến *Ưu-lầu-tần-loa* để từ đó đi qua thành *Vương-xá,* xứ *Ma-kiệt đà.*

28. THÂU NHẬN BA ANH EM CA-DIẾP

Khi đến *Ưu-lầu-tần-loa,*[1] đức Phật thu phục ba anh em nhà *Ca-diếp.*[2] Sự việc là như sau.

Vùng *Ưu-lầu-tần-loa* từ lâu đã thịnh hành giáo phái thờ lửa do ba anh em nhà *Ca-diếp* cầm đầu. Người anh cả lập một đạo tràng lớn nhất ở *Ưu-lầu-tần-loa,* nên gọi là *Ưu-lầu-tần-loa Ca-diếp,* có đến 500 môn đồ theo học. Ông là một bậc trí thức uyên bác, thông thạo cả bốn bộ kinh *Vệ-đà,* tức là thánh kinh của đạo *Bà-la-môn.*

Những người theo giáo phái này xem lửa là hiện thân tinh sạch của đấng *Phạm-thiên,*[3] nên tin rằng qua việc thờ lửa và cầu nguyện họ sẽ được tiếp nhận lên cõi trời, là nơi có đời sống an vui cao nhất. Người thờ lửa để tóc dài và tu khổ hạnh, chống lại sự hưởng thụ dục lạc.

Người em kế của ông lập đạo tràng gần đó, có 300 môn đồ theo học. Người em út cũng lập một đạo tràng khác, có 200 môn đồ theo học. Như vậy, cả ba anh em nhà *Ca-diếp* hiện có 1.000 môn đồ theo học, thế lực bao trùm khắp một vùng rộng lớn.

---

[1] Tiếng Phạn là Ourouvilva.

[2] Tiếng Phạn là Kāśyapa.

[3] Tiếng Phạn là Brahma.

Khi đức Phật đến vùng này, ngài nghe tiếng anh em nhà *Ca-diếp* và liền đến xin gặp mặt ông *Ưu-lầu-tần-loa Ca-diếp*.

Khi ông này tiếp đức Phật, Phật liền hỏi ông về mục đích và ích lợi của việc thờ lửa. Sau khi nghe ông trình bày, Phật liền dùng thuyết nhân duyên sinh khởi mà chỉ rõ những sai lầm trong niềm tin đó của ông. Sau khi phân tích cho ông hiểu về sự sinh khởi của vạn pháp, đức Phật khẳng định với ông rằng:

"Sự giải thoát chỉ có thể do chính mình đạt đến bằng nỗ lực tu tập đúng hướng, không thể do cầu nguyện ở bất cứ một đấng thiêng liêng nào mà có được. Và sự trong sạch, thanh tịnh chỉ có thể đạt được do siêng tu các việc thiện, tránh xa các việc ác, chứ không thể do nơi tắm rửa ở nước sông thiêng hoặc nhờ đến ngọn lửa."

Ông *Ưu-lầu-tần-loa Ca-diếp* vốn là một bậc đại trí thức, nên nghe qua lời Phật ông liền nhận ngay ra được sự đúng đắn, hợp lý. Ông liền đem những chỗ thắc mắc từ lâu ra để hỏi Phật. Đức Phật giải đáp cặn kẻ cho ông hiểu từng vấn đề, không còn chỗ hoài nghi nào nữa.

Khi ấy, ông *Ca-diếp* nhận ra là mình đang được tiếp chuyện với một đấng giác ngộ hoàn toàn, với trí tuệ siêu phàm mà xưa nay ông chưa từng nghe biết đến. Ông liền vui mừng lễ bái xin được làm đệ tử Phật. Phật hoan hỷ thâu nhận ông.

Ông thỉnh Phật ở lại một đêm, và đề nghị nhường tịnh thất của mình cho Phật nghỉ ngơi. Nhưng đức Phật từ chối, ngài bảo mình có thể ngủ nhờ trong đền thờ thần lửa của ông là được rồi.

Ca-diếp nghe vậy lấy làm hoảng sợ, vì từ lâu trong đền thờ ấy có một con rắn độc rất nguy hiểm, không ai dám vào đó ban đêm cả. Đức Phật chỉ cười khi nghe ông nói về việc đó, và ngài bảo ông cứ yên tâm.

Đêm đó, Phật ngồi thiền ở một góc đền thờ. Quá nửa đêm, ngài thấy con rắn độc rất lớn bò vào đền. Ngài liền vận dụng tâm đại bi để nói với rắn rằng: "Đây không phải là nơi an ổn mà ngươi có thể lui tới. Tốt hơn là ngươi nên đi đến những chỗ vắng người."

Lạ thay, con rắn liền từ từ lui ra khỏi đền, và từ đó về sau không ai còn gặp rắn nữa.

Qua sự việc ấy, ông *Ca-diếp* càng thêm kính phục đức Phật. Hôm sau, ông tập hợp 500 đồ chúng lại và tuyên bố từ bỏ việc thờ lửa, và bản thân ông quy y theo Phật, làm một vị *sa-môn* xuất gia. Cả 500 môn đồ đều noi gương ông, xin xuất gia theo Phật. Phật chấp nhận. Họ cắt tóc ném hết xuống sông, làm đen kịt cả một đoạn sông dài.

Hai người em nghe tin liền dẫn hết môn đồ về chỗ người anh cả. Sau khi ba anh em gặp gỡ trao đổi cùng nhau, họ quyết định cùng xin xuất gia theo Phật. Hết thảy môn đồ cũng đều xin theo, tạo thành một tăng đoàn đông đảo đến ngàn người chỉ trong mấy ngày. Thật là một chuyện xưa nay chưa từng có.

29. PHẬT ĐẾN RỪNG TRÚC LÂM

Đức Phật nhớ lại lời hứa cũ với vua *Tần-bà-sa-la* khi ngài còn đang đi tìm đạo. Vua có nguyện vọng khi nào ngài thành đạo xin trở lại mà tiếp độ cho vua và bá tánh ở thành *Vương-xá.*

Vì vậy, ngài tiếp tục đi sang thành *Vương-xá.* Lúc này lại có ba anh em *Ca-diếp* với một ngàn vị đệ tử mới cùng đi theo. Ông *Ca-diếp* vốn thông thạo địa hình vùng này, nên hướng dẫn tăng đoàn đến cư trú ở một khu rừng bên ngoài thành, cách kinh đô chừng hai dặm. Các vị *sa-môn* ngày ngày vào thành khất thực theo đúng phép tắc và giờ giấc mà Phật đã chỉ dạy.

Vua *Tần-bà-sa-la* hay tin Phật và một ngàn đệ tử đã đến ngụ bên ngoài thành, liền thân hành cùng với hoàng hậu, thái tử và triều thần đến lễ bái. Vua vừa đến nơi đã nhìn biết ngay thái tử *Sĩ-đạt-ta* thuở trước, liền mừng rỡ mà nói rằng:

"Ngài quả thật vẫn không quên sở nguyện ngày xưa của trẫm. Trẫm rất đa tạ và lấy làm kính phục ngài."

Vua quỳ xuống lễ bái Phật hết sức cung kính, rồi đứng sang một bên khoanh tay hầu Phật.

Trong số người theo hầu vua, rất nhiều người biết ông *Ca-diếp*, vì xưa nay ông vốn là một bậc đạo sư đáng kính ở vùng này. Họ không biết rằng ông đã quy y theo Phật. Khi thấy vua lễ bái đức Phật, còn ông *Ca-diếp* thì khoanh tay đứng bên, họ rất ngạc nhiên. Một người *bà-la-môn* nói rằng:

"Hẳn là vua đã lầm rồi. Vua muốn đảnh lễ bậc thầy mà lại không nhìn ra ngài *Ca-diếp*."

Một người nữa cũng nói theo rằng:

"Đúng đấy, ở đây chỉ có ngài *Ca-diếp* là bậc thầy đáng kính thôi."

Khi ấy, ông *Ca-diếp* nhận biết tâm trạng hoang mang của mọi người. Ông liền đến quì xuống lễ bái dưới chân Phật. Sau đó, ông công bố cho tất cả những vị quan khách ở thành *Vương-xá* mới đến được biết việc ông đã quy y, thờ Phật làm thầy mình. Hết thảy mọi người đều ngạc nhiên và không dấu được sự thán phục đối với đức Phật.

Liền đó, đức Phật giảng giải pháp Tứ diệu đế cho mọi người nghe. Khi ngài giảng xong, Vua *Tần-bà-sa-la* liền đến lễ bái, và đối trước Phật cùng tất cả những người khác, vua phát nguyện rằng:

"Trẫm lấy lòng thành tín mà qui y Phật, qui y Pháp và qui y giáo hội *Tăng-già*."

Sau đó vua thỉnh Phật và chư tăng vào cung để nhận buổi lễ cúng dường do vua tổ chức. Đây là buổi cúng dường lớn nhất và trang trọng nhất từ trước đến nay, vì số chư tăng tham dự đến cả ngàn người. Đức Phật nhận lời. Vua liền từ tạ trở về để sắp xếp. Buổi lễ được dự tính sẽ diễn ra trong 10 ngày sau đó.

Vào ngày đã định, Phật cùng chư tăng uy nghiêm tiến vào thành *Vương-xá,* đi đến cung vua. Thật là một quang cảnh hiếm thấy thời bấy giờ. Đoàn chư tăng cả ngàn người nhưng ai nấy đều bước đi thong thả trong sự oai nghi, thanh thoát, không có một rối loạn nào. Nhân dân trong thành đồng kéo nhau ra khỏi nhà, chen nhau mà xem. Vì thế, đoàn người phải đi rất chậm.

Trong thành, vua *Tần-bà-sa-la* đã cho treo đèn, kết hoa và dựng cờ phướn khắp nơi để chào đón Phật và chư tăng. Đường sá được dọn dẹp sạch sẽ, có quân binh chia nhau giữ trật tự hai bên đường. Nhờ vậy, dù công chúng chen lấn nhau đi xem rất đông, nhưng không có điều gì lộn xộn xảy ra cả.

Tại buổi cúng dường, vua thỉnh Phật ngồi trên một tòa cao. Tất cả chư tăng đều có chỗ ngồi trang trọng. Những người phục vụ mang thức ăn đến cho từng vị, rồi mang nước rửa tay khi ăn xong.

Chư tăng thực hành nghi thức chú nguyện trước khi ăn, và khi ăn giữ yên lặng tuyệt đối. Tất cả những oai nghi đó làm cho vua và triều thần càng thêm cung kính.

Sau khi thọ trai xong, vua sắp xếp chỗ ngồi cho tất cả mọi người để nghe Phật thuyết pháp. Nhân dịp này, đức Phật lần đầu tiên giảng về việc quy y Tam bảo và thọ trì năm giới[1] của người tại gia. Ngài nói về những

---

[1] Năm giới đó là: Không sát sanh, không trộm cắp, không tà dâm, không nói dối và không uống rượu.

lợi ích của việc thọ trì năm giới, và khuyên hết thảy mọi người nên phát tâm thọ trì.

Sau buổi thuyết pháp của Phật, tất cả những người có mặt đều phát tâm quy y Tam bảo và xin được truyền thọ năm giới.

Tiếp đó, vua *Tần-bà-sa-la* quỳ bạch Phật rằng:

"Bạch đức Thế Tôn! Được ngài đến đây thọ nhận buổi cúng dường này, trẫm lấy làm hân hạnh lắm. Trẫm muốn từ đây thường được thấy mặt ngài và nghe lời dạy dỗ của ngài. Hơn nữa, số chư tăng theo ngài rất đông, không thể ở mãi nơi chỗ ở hiện nay được. Vì vậy, trẫm muốn cúng dường một khu rừng gọi là Trúc Lâm, nằm ở gần kinh thành hơn. Khu rừng này rộng rãi, ngài và chư tăng có thể an trụ nơi đó mà tu tập rất thuận tiện. Nếu ngài nhận lời, trẫm sẽ cho xây cất tinh xá¹ ở nơi đó."

Đức Phật mỉm cười ưng thuận. Vua truyền quân mang đến một cái chậu nhỏ bằng vàng đựng đầy nước thơm. Vua bưng lấy chậu, làm lễ xối nước trên tay Phật và nói rằng:

"Trẫm nguyện rằng, cũng như nước này từ nơi tay trẫm mà chảy xuống tay ngài, cảnh tinh xá Trúc Lâm cũng sẽ từ nơi tay trẫm mà sang qua tay ngài nhanh chóng như thế."

---

¹ Nơi dành riêng cho người tu hành để chuyên tâm hành trì gọi là tinh xá. Nhiều người gọi lầm là tịnh xá vì nghĩa trong sạch, yên tịnh.

Ngay hôm ấy, vua cho khởi công xây dựng tinh xá Trúc Lâm. Về sau, đây là một nơi thánh địa quan trọng mà Phật đã từng thuyết giảng rất nhiều bộ kinh.

30. *XÁ-LỴ-PHẤT* VÀ MỤC-KIỀN-LIÊN

Có hai vị *bà-la-môn* đức độ ở trong thành *Vương-xá*. Một vị tên là *Xá-lỵ-phất*,[1] một vị tên là *Mục-kiền-liên*.[2] Hai vị tuy còn ít tuổi nhưng đã sớm nổi danh về tri thức cũng như về đạo đức.

Họ làm bạn với nhau rất thân từ thuở nhỏ, và cùng đến học với một vị thầy khổ hạnh tên là *Săn-sa-da*.[3]

Tuy vậy, cả hai đều thấy không hài lòng với những gì mình đã học biết. Họ vẫn còn nhiều thắc mắc mà tôn sư của họ không giải đáp được. Và trên hết, hai vị đều khắc khoải với việc giải thoát khỏi sự khổ về đường sanh tử, nhưng chưa nghe có giáo lý nào dạy cho việc ấy.

Hai vị có lời thệ nguyện với nhau rằng: "Trong hai ta, nếu ai tìm được cách tu để thoát khỏi sự chết thì phải cho người kia biết liền."

Một hôm, *Xá-lỵ-phất* tình cờ gặp vị *sa-môn* Át-bệ[4] đang đi hóa trai trong thành *Vương-xá*. Nhìn thấy cốt cách thanh cao của vị *sa-môn* này, cùng với dáng đi thanh thản và đằm thắm, *Xá-lỵ-phất* liền nghĩ rằng:

---

[1] Tiếng Phạn là Saripoutra.

[2] Tiếng Phạn là Maudgalyāyana.

[3] Tiếng Phạn là Sanjaya.

[4] Tiếng Phạn là Acvajit, là vị sư trong nhóm ông *Kiều-trần-như*, đã quy y Phật trước nhất khi Phật thuyết pháp trong vườn Lộc Uyển gần thành Ba-la-nại.

"Vị *sa-môn* này chẳng phải người tầm thường. Để ta hỏi xem thầy của ông ta là ai và ông theo đạo lý nào."

Nhưng *Xá-lỵ-phất* lại nghĩ rằng:

"Giờ này hỏi là chưa phải lúc, ta nên để cho ông ấy hóa trai xong, rồi sẽ đến gần mà hỏi."

Nghĩ như vậy rồi, ông liền kiên nhẫn mà đi theo xa xa. Chờ đến khi *Át-bệ* hóa trai xong, sắp quay về, ông mới đến gần mà chào. *Át-bệ* liền chào lại. *Xá-lỵ-phất* hỏi:

"Thưa ngài! Tôi trông gương mặt ngài rất nghiêm trang, cặp mắt trong trẻo và sáng chói. Chẳng hay ai là thầy của ngài? Và ngài đang tu theo phương thức nào?"

Át-bệ hiền hòa đáp lại:

"Thầy của tôi là đức Phật. Ngài là bậc đã giác ngộ hoàn toàn."

Xá-lỵ-phất lại hỏi:

"Vị tôn sư ấy dạy những điều gì?"

Át-bệ liền đọc bài kệ rằng:

> *"Các pháp do nhân duyên mà sinh.*
> *Các pháp do nhân duyên mà diệt.*
> *Bậc thầy vĩ đại của chúng ta,*
> *Thường giảng dạy các pháp như vậy."*[1]

---

[1] Bài kệ này dịch sang chữ Hán như sau:

Xá-ly-phất nghe qua bài kệ ấy, liền nhận ra thấy chân lý, lãnh hội được lý nhân duyên sanh diệt. Ông liền từ tạ, trong lòng vui mừng vô hạn.

Khi về, *Xá-ly-phất* liền tìm bạn là *Mục-kiền-liên*. Ông này vừa trông thấy *Xá-ly-phất* thì biết ngay là có tin vui. Ông nói:

"Gương mặt của ông hôm nay nghiêm trang và tươi tỉnh lắm, cặp mắt lại trong trẻo và chói sáng. Tôi đoán là ông đã gặp được bậc đạo sư đáng tôn kính rồi, có phải chăng?"

Xá-ly-phất đem chuyện gặp gỡ ông *Át-bệ* mà thuật lại. Hai người liền cùng nhau tìm đến chỗ Phật ngự.

Khi *Xá-ly-phất* và *Mục-kiền-liên* gặp Phật và được nghe ngài thuyết pháp, hai ông liền xin xuất gia theo Phật.

Phật nhận lời.

Về sau, hai người trở thành hai vị đại đệ tử nổi bật của Phật. *Xá-ly-phất* được Phật nhận là *Trí huệ đệ nhất*, và *Mục-kiền-liên* được Phật khen là *Thần thông đệ nhất*.

Chư Pháp nhân duyên sanh,
Diệc tùng nhân duyên diệt
Ngã Phật đại sa-môn,
Thường tác như thị thuyết.

31. VUA TỊNH-PHẠN PHÁI SỨ THỈNH PHẬT

Sau khi Phật nhận tinh xá Trúc Lâm và đưa tăng đoàn đến đó thì danh tiếng của ngài đã rền vang khắp nơi. Số đệ tử xuất gia tu học tại Trúc Lâm đã lên đến 1.250 vị. Từ thành *Vương-xá* đến *Ca-tỳ-la-vệ*, quê hương của ngài, cũng không xa lắm,[1] nên vua *Tịnh-phạn* đã nghe tin về việc thái tử thành Phật và hiện đang giảng đạo ở gần thành *Vương-xá*, trong rừng Trúc Lâm. Vua vui mừng lắm và mong muốn được gặp lại con, liền phái sứ giả đến tìm mà thỉnh về.

Sứ giả đến gặp lúc Phật đang thuyết pháp cho đệ tử. Ngài giảng rằng:

"Có một khu rừng kia nằm bên triền núi. Phía dưới, có một cái hồ rộng và sâu. Ven hồ có nhiều thú rừng sống với nhau thành đoàn. Một người kia đến đó, muốn hại các con thú nên lấp cái đường mòn cũ đi mà làm một nẻo mới khác thông đến một cái hố sâu rất nguy hiểm. Người ấy có ý làm cho mấy con thú không còn sống quanh quẩn bên bờ hồ được nữa.

"Nhưng có một người khác lại đến, người này muốn săn sóc, trông nom các con thú rừng, bèn phá cái đường thông đến hố sâu kia đi, và làm một con đường chắc chắn đưa lên tới đỉnh núi yên tĩnh. Bầy thú không còn

---

[1] Đoạn đường này trên thực tế đo được chừng 250 ki-lo-mét.

bị hại, lần lần sanh trưởng ra thêm nhiều và sống vui vẻ bên bờ hồ.

"Này chư *tỳ-kheo*! Cũng như những con thú ở gần hồ rộng và sâu kia, con người sống quanh quẩn bên sự vui sướng. Kẻ toan làm hại, làm khổ, làm nguy họ là các thứ ma chướng, phiền não. Cái hố sâu nguy hiểm nơi các thú nhào xuống chết, ấy là sự tham dục, sân hận và ngu si của loài người. Còn người muốn cứu những con thú ấy là đấng từ bi, là Phật vậy.

"Này chư *tỳ-kheo*! Ta đã mở ra một con đường chắc chắn, ta đã phá mất con đường nguy hiểm rồi. Các ngươi theo ta sẽ không còn đi lạc xuống hố sâu, các ngươi sẽ lên đến đỉnh núi yên bình. Ta vì lòng thương mà đứng ra dạy dỗ, giáo độ cho các ngươi."

Vị sứ giả của nhà vua nghe xong lấy làm hoan lạc trong lòng, liền quỳ xuống mà xin xuất gia theo Phật. Đức Phật chuẩn thuận.

Ngay khi ấy, vị sứ giả vừa đứng dậy thì y phục đang mặc trên người bỗng hóa ra áo *cà-sa*, râu tóc cũng tự nhiên rụng mất, thành một vị *sa-môn* uy nghi.

Vị sứ giả này chính là ông *Ưu-đà-di*,[1] một trong những người bạn rất thân hồi Phật còn là thái tử ở *Ca-tỳ-la-vệ*.

Ông *Ưu-đà-di* sau đó kể lại cho Phật nghe mọi việc ở quê hương từ ngày ngài bỏ hoàng thành ra đi xuất gia,

---

[1] Tiếng Phạn là Oudāyin.

và ông cũng chuyển đạt ý của vua *Tịnh-phạn* muốn được gặp lại con.

Phật muốn trở về thăm vua cha, nhưng lúc đó đang là mùa an cư[1] đầu tiên của chư tăng. Hơn nữa, nhằm mùa mưa nên việc đi lại rất khó khăn, vì Phật định cùng đi với một tăng đoàn khá đông. Ngài dự định sẽ khởi hành vào sau mùa an cư.

Phật liền sai ông *Ưu-đà-di* đi nhanh về trước để báo tin. Chờ khi vừa mãn hạ, Phật sẽ cùng 300 vị *tỳ-kheo* lên đường về *Ca-tỳ-la-vệ*.

---

[1] Phật chế lệ an cư mỗi năm ba tháng, chư tăng tụ họp lại trong một khuôn viên nhất định để tu tập và không đi ra ngoài khuôn viên ấy.

32. PHẬT KHUYÊN THÁI TỬ *A-XÀ-THẾ*

Vua *Tần-bà-sa-la* được tin đức Phật sắp từ giã cảnh rừng Trúc Lâm mà về thăm quê nhà. Vua liền đi với con là thái tử *A-xà-thế*[1] đến viếng ngài.

Đức Phật nhìn thái tử và quay sang nói với vua rằng: "Tôi mong cho thái tử xứng đáng với lòng yêu thương của bệ hạ."[2]

Ngài lại nhìn thái tử và dạy rằng:

"Này *A-xà-thế*! Hãy nghe ta giảng đây mà suy nghĩ. Những kế xảo trá nhiều khi không thành, những điều gian ác nhiều khi bại lộ. Ta có một câu chuyện sẽ kể cho người nghe đây.

"Thuở ấy, trong một cụm rừng kia có một cây đại thọ. Cây đại thọ ấy mọc lên giữa hai cái hồ, một cái nhỏ không đẹp, còn cái lớn đẹp đẽ hơn. Trong hồ nhỏ có nhiều cá lắm, còn trong hồ lớn thì nhiều hoa sen nở. Một mùa hè nọ, trời nắng gắt, cái hồ nhỏ lần lần sắp cạn khô, còn cái hồ lớn đã sâu lại nhờ hoa sen che mát, nên vẫn còn chứa nhiều nước và mát mẻ luôn.

"Một con sếu tình cờ bay ngang qua hai cái hồ. Nó thấy cá dưới hồ nhỏ. Nó bèn ngừng cánh đáp xuống, đứng một chân mà suy nghĩ: 'Cha chả! Cá này ngon lắm,

---

[1] Tiếng Phạn là Ajātacatrou.

[2] Phật đã biết trước thái tử sau sẽ làm việc giết cha mà soán ngôi nên mới nói câu này.

nhưng chúng nó rất khôn lanh, nếu ta xuống bắt thì chúng trốn mất hết. Chi bằng ta nên dùng kế mà gạt chúng.'

"Vì hồ gần cạn nên cá bơi lội tù túng lắm. Còn bên hồ lớn kia, nước mát mẻ mặc tình bơi lội thảnh thơi. Con sếu suy nghĩ, vẻ mặt rất nghiêm trang, đạo mạo.

"Một con cá dưới hồ nhìn lên thấy, hỏi rằng: 'Anh làm gì mà đứng đó, anh chim đáng kính? Anh ra vẻ nghĩ ngợi gì thế?'

"Sếu đáp: 'Phải đấy. Tôi đang suy nghĩ tìm cách giúp các anh ra khỏi chỗ chật chội, tù túng này.'

"Cá hỏi: 'Sao anh bảo rằng chật chội, tù túng?'

"Sếu cười nói: 'Anh còn chưa biết sao? Các anh đang ở dưới nước cạn. Càng ngày nước lại càng rút cạn hơn. Rồi đây các anh sẽ chết khô hết. Tôi thấy vậy mà lấy làm thương hại lắm.'

"Mấy con cá nghe sếu nói như vậy, đều lấy làm sợ hãi, bèn hỏi rằng: 'Anh chim đáng kính ơi! Anh có biết kế gì để cứu chúng tôi chăng?'

"Con sếu làm bộ suy nghĩ một lát, rồi bảo: 'Tôi có cách này, có thể cứu được các anh. Bên kia cây đại thọ này là một cái hồ lớn còn nhiều nước lắm, nhưng các anh không thể sang đó được. Bây giờ tôi sẽ giúp việc mang các anh sang đó, nhưng chỉ có thể mang từng anh một mà thôi, bằng cách ngậm các anh trong mỏ rồi bay sang bên đó.'

"Mấy con cá đều lấy làm mừng, chỉ có một con tôm là ngạc nhiên, nói rằng: 'Từ khi có trời đất đến giờ, chưa nghe chuyện chim sếu cứu cá, chỉ nghe nó nuốt cá vào bụng mà thôi.'

"Con sếu nghe lời ấy, nhưng làm ra bộ rất hiền lành, nói rằng: 'Này anh tôm! Anh đa nghi chi lắm vậy? Tôi đã lấy lòng bác ái mà lo lắng cho các anh, mà anh còn trao tiếng oán cho tôi sao? Đâu anh thử chỉ cho tôi một anh cá nào, rồi tôi lấy mỏ mà mang qua hồ sen cho anh xem.'

"Mấy con cá cho là phải, liền chỉ một con cá già có tiếng là khôn lanh ở dưới hồ. Con sếu liền vớt lấy con cá ấy, mang qua hồ sen mà thả xuống nước, cá lội thảnh thơi ra tuồng đắc ý lắm. Rồi sếu mang con cá trở về bên hồ cạn. Nó hết lời khen tặng con sếu và ca ngợi sự mát mẻ, rộng rãi ở bên hồ sen.

"Bấy giờ, mấy con cá đều chen nhau mà để cho con sếu vớt đi. Con sếu lại vớt con cá già đi, nhưng không đem bỏ dưới hồ kia, lại để xuống đất mà ăn tươi và bỏ xương dưới cây đại thọ.

"Con sếu trở về hồ cạn, lần lượt đem mấy con cá kia lên chỗ ấy mà ăn hết.

Sau rốt còn lại con tôm. Nó nghĩ rằng: 'Ta chắc là con sếu đã hại mạng bầy cá kia hết rồi. Nhưng phần ta, tuy không tin con sếu nhưng cũng muốn nó mang ta qua bên hồ rộng. Vậy ta phải cẩn thận kẻo bị nó hại. Nếu như nó đã lường gạt mà giết hết mấy con cá kia thì ta phải báo thù.'

"Con sếu bay đến bảo con tôm qua hồ. Tôm hỏi mang đi thế nào? Sếu bảo sẽ ngậm vào trong mỏ, cũng như đã mang mấy con cá kia. Tôm bảo vỏ mình trơn, có thể rớt xuống đất, nên muốn lấy càng mà đeo cổ chim, nhưng hứa sẽ không làm trầy cổ. Con sếu bằng lòng liền mang tôm đi.

"Rồi nó ngừng lại chỗ cây đại thọ. Tôm hỏi: 'Ngừng giữa đường mà làm gì, chẳng lẽ mệt lắm sao? Đường không xa lắm mà?'

"Con sếu không biết đáp thế nào. Con tôm mới níu lấy cổ con sếu. Tôm nhìn xuống thấy đống xương, nó biết bao nhiêu cá đều bị ăn hết rồi. Nó nhất định không cho chim hại nó, thà là nó chết mà chim cũng không sống được.

"Con tôm liền kẹp mạnh càng lại. Chim đau lắm, nước mắt chảy ra, liền la lên rằng: 'Anh tôm ơi! Đừng kẹp tôi nữa, tôi không ăn thịt anh đâu, để tôi mang anh đến hồ.'

"Tôm nới càng ra, sếu bay đến hồ sen, đưa cổ ngay ra đặng cho tôm buông càng mà rớt xuống nước. Nhưng con tôm lấy hết sức mà kẹp riết làm cho sếu đứt cổ."

Đức Phật dừng một lát rồi nói tiếp:

"Chuyện là như vậy. Này thái tử! Cho nên phải biết rằng, những kế xảo trá nhiều khi không thành, những điều gian ác nhiều khi bại lộ. Không chóng thì chầy, con

129

sếu sẽ phải gặp con tôm. Thái tử nên ghi nhớ bài học ấy.”

Vua *Tần-bà-sa-la* cám ơn đức Phật muốn dạy thái tử điều lành. Sau đó, vua muốn xin một ít tóc và móng tay của Phật để thờ trong một ngôi chùa ở trong cung, để mỗi ngày đốt hương, dâng hoa. Đức Phật liền trao cho và nói:

“Những thứ này bệ hạ có thể để trong chùa, còn đạo lý ta đã dạy, bệ hạ nên để trong tâm.”

Vua *Tần-bà-sa-la* từ biệt trở về. Không bao lâu sau, đức Phật lên đường trở về thành *Ca-tỳ-la-vệ*.

33. PHẬT KHẤT THỰC Ở CA-TỲ-LA-VỆ

Phật muốn về thăm vua cha và quê hương, đã có sai ông *Ưu-đà-di* về báo trước. Ông *Ưu-đà-di* về đến nơi báo tin rồi, liền quay trở lại mà đón Phật với tăng đoàn. Cả đoàn người vừa đi vừa khất thực theo dọc đường, không bao lâu thì về đến kinh thành *Ca-tỳ-la-vệ*.

Phật và chư tăng ngụ ở một nơi bên ngoài, cách thành hai dặm về phía Nam.

Buổi sáng hôm sau, Phật cùng chư tăng vào thành khất thực bình thường như ở thành *Vương-xá* trước đây. Trong khi đó, vua *Tịnh-phạn* và cả hoàng tộc chờ đợi trong hoàng cung, những tưởng ngài sẽ thẳng đường về đó.

Khi hay tin Phật và chư tăng đang chậm rãi đi khất thực trên đường phố, vua liền truyền chuẩn bị xa giá để mình đích thân đi tìm đón Phật.

Khi đến nơi, vua trông thấy cả một đoàn *sa-môn* dài dằng dặc đang ôm bát thong thả đi từng nhà mà xin cơm. Vua vừa ngạc nhiên, vừa lấy làm buồn tủi vì chưa hiểu được ý nghĩa của việc làm này.

Vua truyền dừng xe, tự mình đi bộ đến chỗ Phật, khi ấy đang dẫn đầu đoàn *sa-môn* khất thực.

Đôi bên gặp nhau đều mừng rỡ. Vua *Tịnh-phạn* không giấu được sự thắc mắc của mình, liền hỏi Phật:

"Tại sao con lại phải đi xin từng bát cơm trong một hoàng thành mà lẽ ra con là vị chúa tể đứng đầu?"

Đức Phật từ tốn giải thích:

"Phụ vương! Việc khất thực không phải là hèn hạ, cũng không phải chỉ đơn thuần là vì muốn kiếm miếng ăn.

"Người tu sĩ lìa bỏ gia đình, lìa bỏ hết thảy các thứ của cải vật chất, nuôi đời sống của mình bằng việc khất thực để không cần phải tích lũy bất cứ thứ tài sản của cải nào.

"Việc khất thực còn rèn luyện cho người tu đức khiêm cung, nhún nhường, dẹp bỏ lòng tự cao tự đại.

"Ngoài ra, người tu sĩ hiến dâng trọn cuộc đời mình để rèn luyện nhân cách đạo đức, giáo hóa những người khác noi theo, nên xứng đáng nhận lãnh sự cúng dường của bá tánh. Đi khất thực là tạo điều kiện bình đẳng cho hết thảy mọi người cúng dường để gieo trồng phước báu, phát khởi tâm thiện.

"Vì thế nên hiểu rằng việc đi khất thực là một phần quan trọng trong đời sống tu tập của người tu sĩ."

Vua *Tịnh-phạn* nghe Phật giải thích thì lấy làm vui mừng, không còn buồn bực nữa. Vua lại thỉnh Phật và chư tăng vào cung để tổ chức cúng dường như vua *Tần-bà-sa-la* đã làm.

Phật nhận lời.

Trong thời gian lưu lại *Ca-tỳ-la-vệ*, ngày ngày Phật và chư tăng vẫn duy trì đều đặn việc khất thực trong thành. Dân chúng tranh nhau chiêm ngưỡng và cúng dường cho chư tăng. Họ đều biết rằng Phật đã từ chối hết thảy những đặc ân của hoàng triều. Nếu ngài muốn, tăng đoàn của ngài có thể được nuôi dưỡng sung túc hàng năm trời mà không cần phải đi khất thực.

Dần dần họ cảm thấy quen thuộc, dễ chịu và tin cậy vào hình ảnh hiền hòa, thanh thản của những vị *sa-môn* đi khất thực. Nhìn những bước chân ung dung, tự tại của các ngài, sự an lạc, giải thoát như tỏa ra cả không khí chung quanh, khiến mọi người đều thấy tâm hồn trở nên êm dịu và thanh thản.

Hình ảnh vị *sa-môn* đi khất thực là những bài thuyết pháp sống động nhất đối với dân chúng trong thành.

34. LỄ CÚNG DƯỜNG CỦA VUA TỊNH-PHẠN

Vua *Tịnh-phạn* muốn tổ chức buổi lễ cúng dường Phật và chư tăng hết sức trọng thể. Vì vậy, ngài dành ra trọn bảy ngày để chuẩn bị. Hoàng hậu *Ma-ha Ba-xà-ba-đề* và công chúa *Da-du-đà-la* cũng trực tiếp tham gia việc chuẩn bị.

Cả hoàng cung như sôi động hẳn lên trong không khí tưng bừng lễ hội. Dân chúng trong thành vẫn chưa quên hình ảnh vị thái tử tài ba, tuấn kiệt của mình trước đây, nên giờ càng thêm ngưỡng mộ vẻ uy nghiêm và thanh thoát của ngài cùng với những vị *sa-môn* đắp y vàng.

Hoàng cung được trang hoàng lộng lẫy, những lối đi đều có treo đèn kết hoa, và người ta khua chiêng đánh trống ở khắp mọi nơi để chào mừng ngày lễ trọng đại. Đây không chỉ là một buổi lễ cúng dường, mà cả kinh thành *Ca-tỳ-la-vệ* như đang muốn chuyển động thật tưng bừng để mừng đón người con yêu quý từ xa trở về.

Đến ngày đã định, đức Phật uy nghi dẫn đầu 300 vị *sa-môn* cùng thong thả tiến bước vào hoàng cung. Trong khi khung cảnh chung quanh tưng bừng náo nhiệt, thì ngược lại, những bước chân của các vị lại hết sức êm ả, yên tịnh. Trong cả đoàn người, người ta không nghe ra được bất cứ âm thanh nào ngoài tiếng xào xạc nhẹ khi những mảnh y vàng của các vị lay động.

Dân chúng chen nhau hai bên đường, ai cũng muốn được nhìn tận mắt khung cảnh uy nghiêm chưa từng có ở nơi kinh thành này.

Khi Phật và chư tăng vào đến cổng hoàng cung, vua *Tịnh-phạn* thân hành ra đón rước. Vua lễ bái Phật theo nghi lễ như đối với bậc thầy. Tất cả các vị khác trong hoàng tộc theo gương vua cũng làm như thế.

Đến giờ trai tăng, những người phục vụ đã được dặn dò từ trước, giữ yên lặng hoàn toàn trong khi mang thức ăn cho chư tăng. Ngày hôm đó, từ vua *Tịnh-phạn* cho đến cả hoàng tộc, triều thần và các vị quan khách, bao gồm cả các vị đạo sĩ, *bà-la-môn,* đều ăn chay theo như chư tăng. Thật là một buổi cúng dường đầy ý nghĩa.

Sau khi thọ trai, đức vua trân trọng đứng lên thỉnh Phật thuyết pháp. Ngài lên ngồi trên pháp tòa đã được chuẩn bị sẵn sàng.

Phật thuyết giảng về tính cách vô thường của cuộc sống, về những nguyên nhân dẫn đến sự khổ não và cách chế ngự, diệt trừ những nguyên nhân ấy. Ngài chỉ ra cho mọi người thấy và hiểu được rằng, cuộc sống mà ngài và các vị *sa-môn* đệ tử của ngài đang theo đuổi không phải là một cuộc sống thiếu thốn, khó nhọc như nhiều người có thể lầm tưởng, mà thực sự đó là một cuộc sống thanh cao, sung túc về mặt tinh thần, mang lại tất cả những phẩm chất tốt đẹp, an lạc và thanh thản cho con người. Sự an lạc, thanh thản đó không phải do một đấng thần linh nào ban phát, không phải do sự cầu nguyện, lễ bái, mà là do sự nỗ lực tu tập của tự thân mỗi người.

Ngài cũng giảng giải về một đời sống thanh cao, tốt đẹp mà một người tại gia có thể đạt được qua việc thọ trì năm giới, chứ không nhất thiết chỉ những người xuất gia mới có thể học theo Phật.

Sau buổi thuyết pháp, rất nhiều người trong hoàng tộc xin được thọ tam quy[1] và truyền thọ năm giới.

Vua *Tịnh-phạn* cũng đứng ra thỉnh Phật ở lại *Ca-tỳ-la-vệ* để thuyết pháp cho bá tánh trong thành. Phật nhận lời. Vua liền cho sắp xếp cảnh tinh xá trong vườn rộng để ngài và chư tăng cư ngụ.

Lần ấy, Phật ở lại thuyết pháp tại thành *Ca-tỳ-la-vệ* được sáu tháng.

---

[1] Thọ tam quy tức là thọ nhận nghi thức Quy y Phật, Quy y Pháp và Quy y Tăng.

35. PHẬT ĐỘ NGƯỜI EM LÀ NAN-ĐÀ

Phật có người em cùng cha khác mẹ là hoàng tử *Nan-đà*,[1] đã được vua *Tịnh-phạn* chọn để nối ngôi trị vì thiên hạ. Hoàng tử *Nan-đà* đã đính hôn với công chúa *Xuân-đà-ri-ca*,[2] một vị công chúa rất xinh đẹp.

Sau khi nghe Phật thuyết pháp mấy lần trong hoàng cung, *Nan-đà* sinh ra ngưỡng mộ đời sống xuất gia, và thấy không còn ưa thích những dục lạc, giàu sang của cõi trần nữa. Hoàng tử liền tâu xin với vua cha xin được xuất gia theo Phật.

Thoạt tiên, vua *Tịnh-phạn* thấy rất phiền lòng. Vua nghĩ không biết lấy ai đủ tài đức mà kế vị ngai vàng. Nhưng rồi vua nhớ đến những lời Phật dạy, vua nhớ đến hình ảnh ngày nào thái tử *Sĩ-đạt-ta* dũng mãnh ra đi, để đến nay thành đạo quay về, và vua tự trách mình còn rất nhỏ nhoi, vị kỷ. Vua liền đồng ý cho *Nan-đà* xuất gia theo Phật.

Với tâm tánh còn bồng bột, ý chí chưa kiên định, nên mặc dù hết lòng ngưỡng mộ Phật và rất tinh tấn trong đời sống xuất gia, nhưng chỉ hai tháng sau thì *Nan-đà* có phần thối chí. Chàng cảm thấy ray rứt nhớ đến vị hôn thê xinh đẹp sắp cưới của mình.

---

[1] Tiếng Phạn là Nanda.

[2] Tiếng Phạn là Soundarikā.

Phật quán xét tâm tánh của *Nan-đà*, biết em mình có đủ căn duyên xuất gia, nhưng chỉ vì công phu tu tập chưa bao nhiêu nên lòng trần còn lay động. Ngài liền đến thăm *Nan-đà* để nâng đỡ em trong lúc yếu lòng.

Khi đến gặp *Nan-đà*, Phật thuyết giảng cho em biết được những tình cảm nào là nhất thời, tạm bợ, và những tình cảm nào là chân thật, lâu dài. Ngài cũng chỉ ra rằng, một vị tướng cầm quân ra trận thắng muôn ngàn quân địch, cũng không dõng mãnh bằng một người có thể dùng thiền quán mà nhiếp phục tâm mình, chế ngự được những tình cảm yếu mềm. Và chỉ khi đó đấng nam nhi mới có thể làm nên những việc phi thường, to tát.

Khi Phật ra về, *Nan-đà* liền lấy hết tinh thần mà tập trung thiền quán. Trong đêm ấy, chàng nhận ra sự giả tạo phù phiếm của những vẻ đẹp thế gian, và cũng tự nhận ra mình bị cuốn hút bởi chính vẻ đẹp tạm bợ ấy chứ không phải là một tình cảm yêu thương chân thật.

Nan-đà liền giũ sạch tất cả những tâm tưởng phiền muộn, thoái chí, và tự cảm nhận rõ được sự cao đẹp, thanh thoát của đời sống xuất gia.

36. LA-HẦU-LA XUẤT GIA

Khi đức Phật vừa mới trở về thành *Ca-tỳ-la-vệ*, cùng chư tăng đi khất thực trên đường phố, công chúa *Da-du-đà-la* vì mong ngóng ngài đã lâu nên liền dắt con trai là *La-hầu-la* lên một chỗ lầu cao mà ngắm nhìn xuống.

Bà nhìn theo đức Phật dẫn đầu các vị *sa-môn* đi khất thực, đến một chỗ gần hoàng cung thì bà nhìn được rất rõ. Bà liền nắm tay con trai, chỉ cho xem mà nói rằng:

"Con ơi! Vị *sa-môn* đi đầu trong đoàn người kia chính là cha con đấy. Người đã bỏ hết ngôi vị cao sang, vàng bạc châu báu nơi cung điện này mà ra đi từ khi con còn bé nhỏ. Nhưng giờ đây thì người đã tìm được những châu báu quý giá hơn nhiều. Người đang ban phát những châu báu quý giá ấy cho hết thảy mọi người. Nhưng người chưa cho con gì cả. Này con, rồi con hãy đi tìm cha con mà xin lấy gia tài vô giá ấy."

La-hầu-la chưa đủ trí khôn để hiểu hết những lời mẹ nói, nhưng lòng cậu bé đã ghi nhớ lấy. Vì thế, một buổi sáng kia, khi Phật đi khất thực gần hoàng cung thì *La-hầu-la* trông thấy. Cậu bé chạy thật nhanh đến chỗ đức Phật, lấy làm vui vẻ mà nắm lấy tay Phật rồi nói rằng:

"Cha ơi, cha hãy cho con gia tài quý giá nhất của cha đi."

Mọi người chung quanh đều ngỡ ngàng, nhưng đức Phật hiền hòa mỉm cười cùng cậu. Ngài nói:

"Được rồi. Rồi đây ta sẽ cho con những gì quý giá nhất."

La-hầu-la liền nói: "Vậy thì còn xin được đi theo cha."

Ngài liền nắm tay *La-hầu-la* mà dắt đi. Cậu bé vô tư nói:

"Cha ơi! Nương theo bóng cha mà đi thật êm ái dễ chịu lắm."

Đức Phật mỉm cười. Ngài không trả lời. Ngài đưa *La-hầu-la* về tinh xá và giao cho đại đức *Xá-lỵ-phất* lo việc dạy dỗ, chăm sóc.

Nghe tin *La-hầu-la* đi theo cha, vua *Tịnh-phạn* lấy làm buồn lắm. Vua thấy con mình, cháu mình, dần dần bỏ mình mà xuất gia nhập đạo hết. Vua liền đến chỗ Phật mà than vãn điều ấy.

Đức Phật khuyên vua rằng:

"Phụ vương không nên buồn rầu. Những sự ái luyến nơi trần thế này chỉ là giả tạm. Chỉ có con đường giải thoát mới mang lại hạnh phúc lâu bền. Chính là nhờ những căn lành từ nhiều kiếp mà ngày nay mới được xuất gia theo Phật, vì đó là sự cao quý hơn hết trong mọi sự cao quý. Phụ vương nên lấy đó làm niềm vinh hạnh và vui mừng mới phải."

Đức Phật dùng những lý lẽ như vậy mà giảng thuyết, khuyên giải vua *Tịnh-phạn*. Vua hiểu được lời ngài nên không còn buồn phiền nữa.

Một thời gian sau, Phật lại từ giã thành *Ca-tỳ-la-vệ* mà sang thành *Vương-xá*, vì ngài muốn cho tất cả chư tăng an cư ở tinh xá Trúc Lâm.

Ngài lưu lại quê nhà được sáu tháng.

37. SÁU ÔNG HOÀNG XUẤT GIA

Đức Phật lưu lại thành *Ca-tỳ-la-vệ* được sáu tháng, rồi ngài định trở lại thành *Vương-xá* mà tổ chức cho tất cả chư tăng an cư nơi đó. Vì Phật và chư tăng vừa đi vừa khất thực và vẫn giữ thời khóa tu tập hàng ngày nên đi rất chậm.

Khi được chừng nửa đường, ngài tạm nghỉ chân trong một khu làng kia, thì có sáu vị hoàng thân trong họ *Thích-ca* tìm đến. Đi theo các ngài còn có một người thợ hớt tóc tên là *Ưu-ba-ly*.[1] Sáu vị hoàng thân ấy là: *A-na-luật*,[2] *Bạt-đề*,[3] *Bạc-già*,[4] *Kim-tỳ-la*,[5] *Đề-bà-đạt-đa*,[6] và *A-nan*.[7]

Nguyên nhân là như sau:

Sau khi Phật rời thành *Ca-tỳ-la-vệ*, hoàng thân *A-na-luật* phát tâm xuất gia, mới thưa việc ấy với mẹ. Bà mẹ không bằng lòng, nhưng không biết nói sao, liền ra điều kiện là nếu có hoàng thân *Bạt-đề* cùng xuất gia thì bà mới đồng ý. Bà nói thế vì tin chắc *Bạt-đề* không thể

---

[1] Tiếng Phạn là Oupāli.

[2] Tiếng Phạn là Anouroudha, cũng đọc là A-nậu-lâu-đà.

[3] Tiếng Phạn là Bhadrika.

[4] Tiếng Phạn là Bhrigou.

[5] Tiếng Phạn là Kimbila.

[6] Tiếng Phạn là Devadatta.

[7] Tiếng Phạn là Ananda.

nào xuất gia. Ông này đang giữ một chức quan quyền uy tột đỉnh, giàu có vô cùng.

A-na-luật liền đến gặp *Bạt-đề*, vốn là bạn rất thân, thuyết phục bạn cùng xuất gia. *Bạt-đề* cho biết mình cũng có ý muốn đó, nhưng định đến khi tuổi già mới thực hiện. *A-na-luật* hết sức thuyết phục bạn, ông chỉ ra tính chất vô thường của cuộc sống, nên nếu muốn xuất gia thì không nên chờ đợi nữa. Cuối cùng, ông cũng nói thật về điều kiện của mẹ mình, và khẩn khoản cầu xin *Bạt-đề* cùng xuất gia.

Thấy bạn hết lòng thuyết phục, *Bạt-đề* liền hẹn 7 năm sau sẽ xuất gia.

A-na-luật nói:

"Cuộc sống trôi qua nhanh lắm. Bảy năm của anh là một kỳ hạn rất dài, và tôi e là anh sẽ không còn dịp mà xuất gia nữa."

Bạt-đề rút ngắn còn 3 năm, rồi 7 tháng. Nhưng *A-na-luật* vẫn khăng khăng không chịu. Cuối cùng, ông hứa chắc 7 ngày nữa sẽ cùng đi xuất gia.

A-na-luật mừng rỡ về thưa với mẹ. Bà mẹ kinh ngạc trước tin này. Nhưng khi nghe *A-na-luật* kể lại đã thuyết phục *Bạt-đề* như thế nào thì bà chợt nhận ra con nói đúng. Cuộc sống vô thường nên việc xuất gia không thể trì hoãn được. Và bà thấy vui lòng đồng ý cho con xuất gia.

Sau đó, *A-na-luật* còn rủ thêm bốn vị hoàng thân khác nữa là *Bạc-già, Kim-tỳ-la, Đề-bà-đạt-đa* và *A-nan*. Sáu người cùng hẹn nhau vào một ngày và lên đường theo đức Phật.

Trên đường đi, *A-na-luật* nói với cả nhóm rằng:

"Chúng ta ra đi xuất gia tu đạo, lại mang theo những của cải, châu báu, đồ trang sức quý giá, thật là không hợp lẽ."

Các hoàng thân đều cho là đúng. Họ liền ghé vào một tiệm hớt tóc nghèo nàn bên đường mà cởi hết vàng bạc, châu báu trên người tặng cho anh thợ hớt tóc tên là *Ưu-ba-ly*.

Sau đó, đi một quãng xa thì họ thấy *Ưu-ba-ly* hối hả chạy theo. Khi đuổi kịp, *Ưu-ba-ly* mới nói với họ rằng:

"Xin các ngài cho tôi cùng theo với. Tôi cũng muốn xuất gia."

A-na-luật hỏi:

"Vì sao anh lại muốn xuất gia? Còn số châu báu chúng tôi cho anh đâu cả rồi?"

Ưu-ba-ly đáp:

"Sau khi các ngài đi, tôi suy nghĩ rằng: Các ngài đều là hoàng thân, giàu sang quyền quý mà còn bỏ cả để đi xuất gia, huống chi tôi đây chỉ là một anh thợ hớt tóc nghèo, có gì trói buộc mà không làm được việc ấy? Vậy nên tôi lấy hết số châu báu, gói lại mà treo lên cành cây ven đường, rồi chạy theo các ngài. Nếu các ngài chẳng chê khinh tôi, xin cho tôi cùng đi đến chỗ xuất gia.”

A-na-luật nói vui vẻ:

“Phật dạy rằng mọi người đều bình đẳng như nhau. Chúng tôi chẳng dám chê khinh anh. Xin mời nhập bọn cùng đi.”

Khi cả nhóm đã theo kịp đến chỗ Phật và chư tăng dừng chân tạm nghỉ, họ liền cùng nhau vào lễ Phật, xin xuất gia.

Phật thuận cho.

Sau khi xuất gia chẳng bao lâu, *Ưu-ba-ly* nhờ tinh cần tu tập nên đạt nhiều kết quả tiến bộ rất nhanh chóng. Phật liền gọi cả sáu vị hoàng thân đến mà nói rằng:

“Trong tăng đoàn của ta không có giai cấp. Ai tu tập tiến bộ hơn sẽ dìu dắt cho người chậm tiến. Nay *Ưu-ba-ly* tu tập rất tiến bộ, các ngươi đều phải lễ ông ấy làm bậc huynh trưởng mà học hỏi.”

Các vị hoàng thân đều vui vẻ mà vâng lời.

Đó cũng là một cách khéo léo mà Phật muốn dùng để giúp các vị diệt trừ cho hết những sự cống cao, ngã mạn, sự phân biệt về dòng dõi, giai cấp.

38. ÔNG CẤP CÔ ĐỘC VÀ TINH XÁ KỲ VIÊN

Khi đức Phật đang ở thành *Vương-xá*, có người thương gia rất giàu ở thành *Xá-vệ*[1] vừa đến. Người này tên là *Tu-đạt*,[2] nhưng được mọi người tôn kính gọi là Cấp Cô Độc,[3] bởi ông thường giúp đỡ, cứu tế cho những người nghèo khổ, neo đơn.

Vì công việc buôn bán, ông vẫn thường qua lại thành *Vương-xá*. Mỗi khi đến đây, ông thường ngụ ở nhà người anh vợ, và bao giờ cũng được tiếp đón rất ân cần, niềm nở.

Lần này, khi *Tu-đạt* đến thì thấy cả nhà đang bận rộn, lăng xăng. Mọi người chào hỏi ông qua loa rồi ai lo việc nấy, dường như đang chuẩn bị cho một sự kiện nào đó vô cùng quan trọng.

Sau khi tiếp chuyện với người anh vợ, ông mới biết là gia đình đang chuẩn bị để ngày mai thỉnh Phật và chư tăng đến cúng dường.

Do một nhân duyên kỳ lạ từ thuở trước, khi vừa nghe đến tiếng "Phật" là ông *Tu-đạt* bỗng thấy một sự ngưỡng mộ, kính mến rất kỳ lạ. Ông hỏi chuyện thật nhiều về Phật, về nơi ngài đang cư trú, về những điều

---

[1] Tiếng Phạn là Crãvasti.

[2] Tiếng Phạn là Sudatta, cũng đọc là Tu-đạt-đa.

[3] Tiếng Phạn là Anãthapindika, dịch nghĩa là cứu tế cho những người nghèo khổ, cô độc. Vì ông rất hay cứu giúp người nghèo khổ, cô độc.

ngài giảng dạy, và rồi thấy lòng vô cùng nôn nao muốn gặp Phật.

Mặc dù trưa hôm sau Phật và chư tăng sẽ đến thọ trai ở nhà ông anh vợ, tức là nơi ông *Tu-đạt* đang cư ngụ, nhưng ông cảm thấy như mình không thể nào chờ đợi, chỉ muốn được gặp Phật ngay.

Đêm hôm đó ông không ngủ, nằm chờ sáng để đi gặp Phật. Ba lần ông thức giấc ra sân, rồi lại trở vào vì trời vẫn còn chưa sáng. Lần thứ tư thì trời vừa tảng sáng, ông liền một mình theo lối đã hỏi trước mà tìm đến tinh xá Trúc Lâm.

Đến nơi vẫn còn rất sớm, nhưng ông may mắn gặp ngay chính đức Phật đang đi thiền hành. Sau khi hỏi biết mình đã gặp Phật, ông vô cùng mừng rỡ, lễ bái cung kính và được Phật mời vào tinh xá.

Sau khi được tiếp chuyện với Phật, ông liền kể lại chuyện đêm qua mình không ngủ và thao thức chờ đi gặp Phật. Đức Phật liền bảo ông rằng:

"Đêm rất dài với kẻ không ngủ, đường rất dài với người bộ hành mệt mỏi, và vòng luân hồi luôn dằng dặc khép kín với kẻ ngu si không học được diệu pháp."[1]

---

[1] Nội dung câu nói này được ghi lại trong bài kệ thứ 60 của Kinh Pháp Cú:
> Đêm dài cho kẻ thức,
> Đường dài cho kẻ mệt.
> Luân hồi dài kẻ ngu,
> Không biết chân diệu pháp.

Vốn là một bậc thiện tri thức, vừa nghe qua câu nói này, ông *Tu-đạt* đã thoáng thấy được ánh sáng chân lý. Ông hiểu là mình đã tìm gặp được bậc đạo sư với trí tuệ siêu việt hơn hẳn mọi tri thức thông thường của người đời. Ông sụp lạy xin được quy y làm đệ tử Phật.

Sau đó, *Tu-đạt* từ biệt trở về để giúp người anh vợ chuẩn bị cho buổi lễ cúng dường trưa hôm đó.

Sau lễ cúng dường, *Tu-đạt* lại được nghe Phật thuyết pháp. Ông thấy tâm trí mình như bừng sáng và có một niềm an lạc, thanh thản khó tả. Ông liền quỳ xuống thỉnh Phật và chư tăng ngày mai đến dự lễ cúng dường do chính ông tổ chức tại nhà người anh vợ này. Phật nhận lời.

Hôm sau, *Tu-đạt* cúng dường Phật và chư tăng xong, liền quỳ thưa rằng:

"Bạch đức Thế Tôn! Kinh đô *Xá-vệ* là một đô thị lớn. Nhân dân ở đó sẽ vô cùng biết ơn nếu như Phật và chư tăng dời bước đến nơi ấy để thuyết giáo một thời gian."

Phật nhận lời và hỏi:

"Nơi ấy có chỗ nào thuận tiện cho chư tăng cư trú chăng?"

Ông liền mạnh dạn đáp rằng:

"Hiện nay thì không, nhưng con có thể lo liệu được việc ấy."

Và ông lập tức sắp xếp quay về để chuẩn bị chỗ cư trú cho Phật và chư tăng khi đến *Xá-vệ*. Ông cũng thưa với Phật xin được thỉnh đại đức *Xá-ly-phất* cùng đi để hướng dẫn ông trong việc xây dựng tinh xá.

Về đến *Xá-vệ*, ông *Tu-đạt* suy nghĩ thấy không có nơi nào thuận tiện cho bằng khu vườn của thái tử *Kỳ-đà*[1] nằm cạnh kinh đô. Nơi đây rộng rãi, thoáng mát, khung cảnh thiên nhiên vẫn được bảo tồn, mà lại rất gần gũi kinh thành. Thật thuận tiện để làm nơi cho Phật và chư tăng cư ngụ mà giáo hóa nhân dân. Ông liền có ý định mua khu vườn ấy mà làm chỗ xây dựng tinh xá.

Khi ông đến gặp thái tử *Kỳ-đà* và tỏ ý muốn mua khu vườn ấy, thái tử liền cười mà nói:

"Ta nào có thiếu thốn tiền bạc chi mà đến nỗi phải bán khu vườn ấy? Nhưng nếu ông muốn mua thì hãy mang vàng mà lót kín mặt đất, ta sẽ bán cho."

Tu-đạt nói ngay:

"Tôi đồng ý. Ngay hôm nay tôi sẽ mang vàng đến."

Thái tử vừa ngạc nhiên vừa hốt hoảng, vì thật lòng ngài không muốn bán khu vườn ấy, chỉ muốn nói đùa thôi. Vì ngài nghĩ đó là một giá quá cao mà không ai có thể chấp nhận được. Thái tử liền nói:

"Ta chỉ đùa thôi. Sao ta lại đi bán khu vườn ấy?"

Tu-đạt nghiêm nét mặt mà rằng:

---

[1] Tiếng Phạn là Jeta.

"Thưa ngài, ngài là bậc quyền quý, chẳng thể nói chơi. Nay ngài đã ra giá, và tôi chấp nhận mua giá ấy, thì không thể nói là không bán được."

Khi ấy có một vị đại quan của triều đình đang có mặt ở đó, cũng nói vào:

"Thưa điện hạ, ngài là bậc sẽ đứng đầu thiên hạ, lời nói không thể xem nhẹ."

Thái tử không biết nói sao, đành thuận bán. Nhưng ngài rất thắc mắc, không hiểu vì sao mà *Tu-đạt* lại hối hả muốn mua khu vườn của mình với một giá quá cao như thế.

Hôm sau, thái tử thân hành đi xem. Quả thật, *Tu-đạt* đã cho người dùng xe chuyển vàng đến lót khắp vùng. Thái tử đứng nhìn, suy nghĩ:

"Để ta xem có thật ngươi bỏ ra số vàng lớn như thế mà không hối tiếc chăng?"

Đến chiều thì đâu đó lót xong, nhưng còn một khu đất nhỏ nữa chưa đủ vàng. *Tu-đạt* đứng yên ra chiều suy nghĩ. Thái tử thấy vậy thì liền bật cười mà nói rằng:

"Ta biết thế nào ngươi cũng hối tiếc mà. Nhưng bây giờ hãy còn chưa muộn, ta cho phép ngươi lấy lại số vàng mà hủy bỏ việc mua bán đó."

Tu-đạt nói:

"Ngài lầm rồi. Tôi thật không hề hối tiếc. Chỉ đang tính xem phải chở bao nhiêu vàng nữa thì vừa hết chỗ đất trống này đó thôi."

Bấy giờ, thái tử thật sự ngạc nhiên, liền đến hỏi nguyên do mua đất. *Tu-đạt* thành thật kể lại việc mình gặp Phật nơi thành *Vương-xá*, được nghe ngài giảng thuyết đạo lý như thế nào, và việc mình thỉnh Phật đến thành *Xá-vệ* để thuyết pháp cho bá tánh nơi đây, nên cần chỗ xây cất tinh xá cúng dường Phật.

Thái tử nghe qua liền trầm ngâm suy nghĩ. Ngài nghĩ rằng:

"Người này vốn là một nhà buôn, phải khó nhọc lâu năm mới trở nên giàu có. Nay ông ta không tiếc mà bỏ ra cả một số vàng rất lớn, lại nhiệt tâm trong việc thỉnh Phật như thế, chắc hẳn đức Phật phải là một bậc siêu phàm xuất thế chứ không thể tầm thường. Lẽ nào ta lại không biết góp phần cùng người mà làm cái việc rất nên làm này."

Nghĩ vậy rồi, thái tử liền nói với *Tu-đạt*:

"Ngươi không cần phải chở thêm vàng nữa, bấy nhiêu đó là đủ rồi. Phần còn lại xem như ta góp vào mà cúng dường Phật. Hơn nữa, tất cả cây cối trong vườn này, thay vì ta có quyền đốn bỏ đi hoặc bán cho người khác, nay ta xin cúng dường luôn vào việc xây dựng tinh xá, để giữ cho phong cảnh ở đây được tươi đẹp như cũ."

Tu-đạt nghe vậy rất mừng, liền lo xúc tiến việc xây dựng tinh xá.

Vì có sự kết hợp như trên, nên người ta gọi khu vườn này là "*Kỳ thọ Cấp Cô Độc viên*", nghĩa là vườn của ông Cấp Cô Độc, còn cây của thái tử *Kỳ-đà*.

Tinh xá được xây dựng xong gọi tên là tinh xá Kỳ Viên, trở thành một trung tâm quan trọng, nơi Phật giảng thuyết nhiều bộ kinh và hóa độ cho rất nhiều người.

Công việc xây dựng tiến hành gấp rút, mỗi ngày có hơn 100 người thợ, kéo dài hơn bốn tháng thì hoàn tất.

Ông *Tu-đạt* liền cho người sang thành *Vương-xá* báo tin và đồng thời thỉnh Phật với chư tăng. Phật nhận lời và chừng hai tháng sau thì ngài với mấy trăm vị *sa-môn* cùng đến tinh xá Kỳ Viên.

Phật thuyết pháp ở tinh xá Kỳ Viên chưa bao lâu thì đã có đến 60 vị trí thức danh tiếng trong thành *Xá-vệ* xin xuất gia theo Phật.

39. VUA BA-TƯ-NẶC TIN PHẬT

Phật nhận lời thỉnh của ông trưởng giả *Tu-đạt*, đến thuyết pháp tại tinh xá Kỳ Viên, gần kinh đô *Xá-vệ*, nước *Kiều-tất-la*.[1]

Thái tử *Kỳ-đà* có nhân duyên góp phần trong việc cúng dường tinh xá, khi được nghe Phật thuyết pháp càng thêm tín ngưỡng, thường đến tinh xá nghe giảng đạo.

Hoàng hậu là người có thiện tâm, được nghe Phật thuyết pháp rồi cũng trở nên sùng đạo rất mực. Bà thường đến nghe pháp và cúng dường Phật với chư tăng nơi tinh xá.

Không bao lâu, những người trong hoàng tộc cũng noi gương hoàng hậu và thái tử mà theo về quy y Phật, nghe Phật giảng đạo, số lượng rất đông.

Vua *Ba-tư-nặc*[2] trị vì xứ *Kiều-tất-la* là người tánh khí cương trực, công bằng, lại thông minh, dũng mãnh hơn người. Vua nghe nhiều người bàn tán về chuyện đức Phật đến thuyết pháp ở thành *Xá-vệ*, và cũng biết việc hoàng hậu với thái tử rất mực tin Phật. Vua tự mình suy nghĩ rằng:

"Ta nghe vị *sa-môn* ấy chỉ mới 35 tuổi mà đắc đạo, thật rất khó tin. Chính ta đã từng thăm viếng biết bao

---

[1] Tiếng Phạn là Kosala.

[2] Tiếng Phạn là Brasenajit.

nhiêu vị đạo sư đáng kính ở khắp nơi trong nước. Vị nào cũng phải đến tóc bạc da nhăn mới có thể làm thầy mà dắt dẫn người khác. Ta lại nghe nói vị *sa-môn* này trí tuệ phi thường, hơn hẳn các bậc lão sư kia. Điều đó lại càng khó tin hơn.”

Vua nghĩ như vậy, nên quyết định tự mình đi gặp Phật để xác nhận những điều đã nghe.

Ngày kia, vua một mình đi đến tinh xá Kỳ Viên. Sau khi chào hỏi, vua được Phật tiếp chuyện trong một căn phòng nhỏ rất đơn sơ. Vua không chờ đợi lâu, liền nêu thẳng vấn đề mà mình đang thắc mắc:

“Bạch đại đức! Theo ngài thì người ta phải đến tuổi nào mới có thể đạt được sự chứng ngộ chân lý?”

Phật mỉm cười hiền từ, thong thả trả lời:

“Đại vương! Sự giác ngộ không phụ thuộc vào tuổi tác, mà là do nơi công phu tu tập hành trì. Điều quan trọng hơn hết là phải đi đúng đường, nghĩa là phải biết được phương pháp tu tập đúng đắn, chân chính. Khi đã đi đúng đường và có sự nỗ lực tinh tấn, dù một người ít tuổi cũng có thể đạt được trình độ giác ngộ cao hơn những người nhiều tuổi.

Đại vương! Ở đời có những khi thấy sự việc nhỏ mà không được khinh thường. Ví dụ như vị thái tử còn nằm nôi, như con rắn nhỏ, như đốm lửa than, như vị tu sĩ trẻ. Tại sao vậy? Vị thái tử còn nằm trong nôi, nhưng đã mang dòng máu đế vương trong người, mai sau sẽ là vị hoàng đế lẫm liệt mà cai trị thiên hạ. Con rắn nhỏ nhưng nọc độc chết người, có thể gây tai họa thảm khốc. Đốm lửa than nếu rơi đúng chỗ có thể gây nên đám cháy thiêu rụi cả cánh rừng. Vị tu sĩ trẻ nếu nỗ lực đúng hướng có thể đạt đến sự giác ngộ hoàn toàn."

Vốn là người thông minh, vua nhận ra ngay tính hợp lý và xác đáng trong lời giải thích cũng như những ví dụ mà Phật vừa đưa ra. Vua thầm kính phục vị *sa-môn* trẻ này quả là trí tuệ hơn người.

Liền đó, vua lễ bái Phật và xin được thưa hỏi những chỗ thắc mắc sâu kín từ lâu nay. Phật chuẩn thuận.

Rồi Phật giải đáp hết thảy những chỗ nghi vấn mà vua đưa ra, giảng giải cho vua thấy được con đường chân chánh dẫn đến một đời sống cao đẹp, thánh thiện. Vua hết sức kính phục và từ tạ ra về.

Từ đó về sau, vua *Ba-tư-nặc* quy y Phật và trở thành một vị quốc vương hộ pháp, hết lòng sùng bái đạo Phật.

40. VUA CHA BĂNG HÀ

Ngày kia, đức Phật đang ở trong một cảnh rừng lớn gần thành *Tỳ-xá-ly*[1] thì có người mang tin từ kinh *Ca-tỳ-la-vệ* đến. Người mang tin lần này chính là hoàng thân *Ma-ha-na-ma*,[2] người anh ruột của hoàng thân *A-na-luật* mà trước đó đã xuất gia theo Phật.

Ma-ha-na-ma đến để báo tin rằng vua *Tịnh-phạn* đang bệnh nặng. Ngài rất yếu và mong được thấy mặt con trước khi băng hà. Hoàng thân đi đến bằng xe ngựa, và muốn đón Phật cùng đi trên xe ngựa trở về cho nhanh.

Đức Phật cùng các ông *A-na-luật, Nan-đà, A-nan* và *La-hầu-la* tức tốc lên đường đi *Ca-tỳ-la-vệ*. Khi ấy có 200 vị *tỳ-kheo* quê ở *Ca-tỳ-la-vệ* cũng lên đường đi theo.

Vừa về đến hoàng cung, Phật đi thẳng vào chỗ vua *Tịnh-phạn* đang nằm. Vua rất yếu, nhưng nghe biết đức Phật đã về thì có vẻ tươi tỉnh, dường như hồi sức lại.

Phật cầm lấy tay vua và khuyên đừng sợ sệt cái chết đến. Vua rất bình thản mà nói rằng, trong những ngày cuối cùng này vua rất thấm thía ý nghĩa vô thường của cuộc sống, và vua rất mừng vì hoàng tộc có được một người con giác ngộ, mang đạo giải thoát đến cho tất cả mọi người.

---

[1] Tiếng Phạn là Vaicāli.

[2] Tiếng Phạn là Mahanama.

Khi ấy, Phật khai diễn các chỗ pháp yếu cho vua nghe. Ngài chỉ ra rằng sự tan rã của xác thân không phải là đoạn diệt, mà là mở ra một đời sống khác. Với những thiện nghiệp mà vua đã tạo ra trong suốt cuộc đời mình, thần thức vua chắc chắn sẽ tái sinh vào một nơi an lạc, thanh thoát. Vì thế, vua không cần phải luyến tiếc, bám víu gì nơi cõi trần thế này.

Nghe những lời Phật nói, vua tỏ ý hết sức vui mừng.

Khi ấy, hoàng thân *Ma-ha-na-ma* liền quỳ trước vua mà xin cho lập *Nan-đà*[1] lên kế vị. Ông hứa sẽ hết lòng phò tá cho *Nan-đà*. Vua tỏ ý không hài lòng, vì ngài không muốn *Nan-đà* bỏ cuộc sống xuất gia mà trở về thế tục.

Phật liền đề nghị hoàng thân *Ma-ha-na-ma* lên kế vị, vì Phật biết tâm tính ông này rất tốt, sẽ có thể là một vị vua sáng suốt. Khi ấy, tất cả các quan trong triều và mọi người trong hoàng tộc đều tán thành ý kiến đó. Vua *Tịnh-phạn* cũng rất vui mà chấp thuận. Đức Phật lại hứa với vua là sẽ ở lại kinh thành một thời gian để giúp ổn định mọi việc sau khi vua băng hà.

Khi ấy, vẻ mặt vua trở nên vô cùng thanh thản, thư thái. Vua mỉm cười rồi nhắm mắt băng hà.

Phật tự thân đứng ra lo tổ chức tang lễ cho vua cha rất trang nghiêm và ở lại *Ca-tỳ-la-vệ* trong ba tháng nữa để an ủi những người trong hoàng tộc.

---

[1] Nhưng lúc này *Nan-đà* đã xuất gia theo Phật, đang sống đời tu sĩ.

Trong dịp này, hoàng hậu *Ma-ha Ba-xà-ba-đề*, tức là dì ruột của Phật, và cũng là người nuôi nấng ngài từ thuở nhỏ, phát nguyện xuất gia. Bà cùng với một số phụ nữ khác cũng có tâm nguyện xuất gia, tìm đến tinh xá nơi Phật đang cư ngụ mà bày tỏ ý nguyện.

Cho đến lúc đó, tăng đoàn của Phật chưa có người phụ nữ nào xuất gia tu học. Phật cũng không có ý định nhận cho phụ nữ xuất gia, vì ngài nhận thấy tính chất khó khăn của cuộc sống không nhà, lang thang khất thực rày đây mai đó không thích hợp với người phụ nữ,[1] và trong số nữ giới cũng ít ai có đủ nghị lực mà vượt qua những khó khăn đó.

Vì thế, Phật không nhận lời cho bà dì xuất gia.

Bà kiên trì thưa thỉnh ba lần. Nhưng đức Phật vẫn không chấp thuận.[2]

Bà buồn bã quay về, nhưng trong lòng vẫn không bỏ ý định xuất gia.

---

[1] Mặc dù có kiến lập tinh xá, nhưng đó chỉ là chỗ cho chư tăng đến an cư mỗi năm ba tháng, và dành cho việc thuyết giảng giáo pháp. Còn tất cả chư tăng đều sống cuộc sống không nhà cửa, khất thực và truyền đạo đi khắp nơi.

[2] Thật ra thì lý do mà Phật không muốn cho nữ giới xuất gia là có phần rất tế nhị, khó nói thẳng ra. Việc bà Ma-ha Ba-xà-ba-đề và các bậc nữ lưu lúc đó xuất gia là vô cùng hợp lý, nhưng Phật lo ngại là tiền lệ ấy về sau sẽ gây những khó khăn nhất định cho sự tu tập thuần khiết của tăng đoàn, do sự hiện diện của nữ giới.

HỒI THỨ BA

41. BÀ DÌ XIN XUẤT GIA

Khi Phật còn lưu lại thành *Ca-tỳ-la-vệ*, bà *Ma-ha Ba-xà-ba-đề* đã ba lần xin Phật xuất gia, nhưng Phật đều từ chối.

Bà vẫn không bỏ ý định xuất gia. Bà lấy làm buồn rầu lắm, nên không mặc những y phục tốt đẹp nữa. Bà lấy hết đồ nữ trang quý giá mà ban phát cho các cô hầu. Và đối với ai bà cũng khiêm nhượng, từ ái.

Bà muốn tự chứng tỏ là mình cũng có thể sống cuộc sống xuất gia khắc khổ như nam giới.

Một thời gian sau, khi Phật đã trở lại thành *Tỳ-xá-ly*, bà liền tự ý cắt tóc, mặc đồ rất thô sơ, đi bộ chân trần mà tìm đến thành *Tỳ-xá-ly,* cùng với 50 người phụ nữ khác cũng có tâm nguyện xuất gia.

Khi lên đường, họ không mang theo bất cứ vật thực gì khác, ngoài một cái bát để xin cơm. Họ vừa đi vừa khất thực dọc đường, theo đúng cung cách của các vị *tỳ-kheo.*

Khi đến nơi, chân họ sưng phù lên, đau nhức, người mệt lả, nhưng họ vẫn đến thẳng trước tinh xá của Phật mà đứng.

Ngài *A-nan* khi ấy đã là thị giả của Phật, vừa đi đến gặp bà *Ma-ha Ba-xà-ba-đề* với đoàn người của bà trong tình cảnh ấy thì hết sức ngạc nhiên, liền hỏi rằng:

"Bẩm nương nương! Tại sao bà lại đến đây? Tại sao các bà lại ăn mặc như thế này? Bà đến đứng trước cửa tinh xá để làm gì?"

Bà *Ma-ha Ba-xà-ba-đề* đáp:

"Chúng tôi đến đây để cầu xin Phật cho xuất gia, nhưng tôi không dám vào. Vì khi ở thành *Ca-tỳ-la-vệ* tôi đã ba lần thưa xin mà Phật không thuận. Nay chúng tôi đi bộ chân trần, vượt đường xa mà đến đây là muốn chứng tỏ rằng phụ nữ cũng có thể chịu đựng được những khó nhọc như nam giới, kính mong đức Phật thuận cho chúng tôi xuất gia."

Ngài *A-nan* vô cùng cảm động trước cảnh tượng đó và cũng hết sức cảm phục ý chí của những phụ nữ này. Ngài hứa sẽ vào thưa xin với Phật giúp cho họ.

Ngài *A-nan* vào ra mắt Phật, thưa hỏi rằng:

"Bạch đức Thế Tôn, nếu một người phụ nữ tu hành chân chánh, họ có thể chứng đắc các quả vị giải thoát được chăng?"

Phật đáp: "Được."

Ngài *A-nan* liền hỏi tiếp:

"Thế thì tại sao Phật không thuận cho nữ giới xuất gia?"

Đức Phật lặng thinh không đáp.[1]

Ngài *A-nan* lại thưa rằng:

"Bạch đức Thế Tôn! Bà *Ma-ha Ba-xà-ba-đề*, nhũ mẫu đáng kính của ngài, hiện đã đến đây, đang đứng trước cổng tinh xá này. Bà cùng với 50 phụ nữ khác đều có ý nguyện xuất gia. Các vị đã đi chân trần từ *Ca-tỳ-la-vệ* đến đây. Các vị đã thực hành đời sống không nhà, khất thực ăn theo đường mà đến đây. Bây giờ, tất cả đều mỏi mệt, rã rời, nhưng vẫn không nghỉ, đang đứng chờ trước cổng để cầu xin Phật thuận cho xuất gia.

"Bạch Thế Tôn! Bà ấy thật là người phụ nữ đáng kính phục. Thuở ngài còn thơ dại, bà thương yêu như con ruột. Lo lắng, chăm chút từng miếng ăn, giấc ngủ cho ngài. Bà cũng hết lòng mà phụng sự đức vua *Tịnh-phạn* cho đến lúc băng hà. Nay bà nhận ra chân lý của đạo ngài mà phát nguyện tu theo. Nguyện vọng ấy rất chính đáng, xin Phật ưng thuận cho."

Ngài *A-nan* nói rất hay. Trước ngài chứng minh ý chí xuất gia, chịu đựng gian khổ của các bà, sau lại đem tình cảm mẹ con từ thuở nhỏ mà nhắc với Phật, chính

---

[1] Với lịch sử phát triển của đạo Phật cho đến ngày nay, chúng ta có thể hiểu được nguyên nhân mà đức Phật không thuận cho nữ giới xuất gia là rất tế nhị. Đây không phải vấn đề phân biệt đối xử, mà là việc chấp nhận một thực tế khác biệt cũng như nhìn thấy trước những mầm mống có thể làm suy yếu đạo Phật do sự hiện diện của cả *tỳ-kheo* và *tỳ-kheo* ni trong Tăng đoàn.

là điều Phật đã suy nghĩ nhiều nhất, nên Phật không thể chối từ được nữa.

Không phải đức Phật không biết những điều mà *A-nan* vừa nói. Nhưng ngài hiểu rằng nếu để tình cảm riêng tư lấn át việc đại sự thì về sau này sẽ hại nhiều hơn lợi.

Vì thế, về sau Phật mới nói với *A-nan* rằng:

"Này *A-nan*! Không phải ta không muốn cho nữ giới xuất gia. Nhưng ta biết nếu thuận cho nữ giới bước vào tăng đoàn thì thời gian chánh pháp trụ thế sẽ giảm mất đi 500 năm. Như vậy là một điều thiệt thòi rất lớn cho những chúng sanh sau này vậy."

Trở lại việc khi ấy, Phật bảo *A-nan* rằng:

"Được, ta thuận cho các vị ấy xuất gia, nhưng với điều kiện là phải chấp nhận những giới luật khắt khe hơn nam giới. Và trước mắt phải chấp nhận 8 điều cung kính[1] như sau:

"Thứ nhất, *tỳ-kheo ni* dù lớn tuổi hoặc tu lâu đến đâu, cũng đều phải chào hỏi cung kính đối với một vị *tỳ-kheo* tăng, cho dù vị ấy còn nhỏ tuổi hoặc chỉ mới thọ giới.

"Thứ hai, hàng năm vào mùa an cư, *tỳ-kheo ni* phải đến gần nơi *tỳ-kheo* tăng an cư để nương nhờ sự giáo huấn.

---

[1] Trong luật học gọi đây là Bát Kính Pháp, tức là tám điều cung kính của vị *tỳ-kheo* ni.

"Thứ ba, hàng tháng *tỳ-kheo ni* phải giữ đủ hai kỳ *bố-tát*,[1] và phải thỉnh vị đại diện của *tỳ-kheo* tăng đến mà ban lời giáo huấn, khích lệ cho.

"Thứ tư, vào cuối mùa an cư hàng năm, *tỳ-kheo ni* phải dự lễ tự tứ, cầu xin các vị *tỳ-kheo* tăng và các *tỳ-kheo ni* khác chỉ lỗi của mình ra để sám hối, tu tập.

"Thứ năm, khi *tỳ-kheo ni* phạm vào giới luật thì phải sám hối trước cả nhị bộ tăng, tức là có đủ *tỳ-kheo* và *tỳ-kheo ni* chứng giám.

"Thứ sáu, nữ giới trước khi xuất gia phải có một thời gian tập sự, thử thách, và khi xuất gia thọ đại giới thì phải cầu đủ nhị bộ tăng.

"Thứ bảy, *tỳ-kheo ni* không được phép nói lỗi của *tỳ-kheo* tăng, cũng không được chỉ trích những chỗ yếu kém.

"Thứ tám, *tỳ-kheo ni* dù uyên bác, thông hiểu đến đâu cũng không được giảng dạy cho *tỳ-kheo* tăng."

Ngài *A-nan* vâng lời Phật, ra ngoài tuyên đọc các điều kiện ấy cho bà *Ma-ha Ba-xà-ba-đề* và 50 vị kia cùng nghe.

Các bà mừng đến rơi nước mắt, xin hứa sẽ chấp nhận tất cả những điều kiện đó và thọ trì suốt đời.

---

[1] Bố-tát: nghi lễ tụng giới luật hàng tháng. Các vị *tỳ-kheo* hoặc *tỳ-kheo* ni cùng nhóm họp lại một chỗ, thường là trước điện thờ Phật, để tụng đọc giới luật, nhằm nhắc nhở và sách tấn việc tu tập.

Khi *A-nan* vào thưa lại rằng các bà chấp nhận thọ trì các pháp cung kính ấy và giới luật *tỳ-kheo ni* cho đến trọn đời. Phật liền hoan hỷ nhận cho tất cả được xuất gia.

Khi ấy, Phật sai bố trí nơi riêng biệt trong một khu vườn xoài[1] để các vị tu tập, và sai đại đức *Xá-ly-phất* đến chỉ dạy đạo lý.

Giáo đoàn *tỳ-kheo ni* gồm 51 vị, do bà *Ma-ha Ba-xà-ba-đề* đứng đầu, là giáo đoàn *tỳ-kheo ni* đầu tiên trong lịch sử.

Bà *Ma-ha Ba-xà-ba-đề* là vị Ni trưởng đầu tiên hết. Bà tu tập rất tinh tấn, đạt những kết quả tiến bộ rõ rệt. Bà thọ đến 120 tuổi, và khi bà viên tịch, chính đức Phật cũng có lời ngợi khen bà rằng:

"Xuất gia tu đạo và chứng đắc thánh quả là việc làm của đấng trượng phu. Nhưng bà dì của ta đã làm được việc ấy, bà cũng xứng đáng gọi là đấng trượng phu vậy."

---

[1] Vườn xoài do bà Ambapali, một người tín nữ cúng dường cho Phật.

42. NGƯỜI TỚ GÁI CÚNG PHẬT

Khi ấy, Phật đang ở tinh xá Kỳ Viên, gần thành *Xá-vệ*.

Trong thành có một thiếu nữ con nhà nghèo khó, bị cha mẹ bán đi làm đầy tớ mãi mãi cho một nhà kia.

Hôm ấy, cô tớ gái này mang cơm ra ruộng cho chủ. Trên đường, cô gặp Phật đang đi khất thực. Vừa trông thấy dáng Phật từ xa, cô bỗng thấy trong lòng hoan hỷ, vui mừng một cách kỳ lạ.

Cô suy nghĩ rằng:

"Vị *sa-môn* này chắc chắn là đức Phật rồi. Ta đã từng nghe biết bao người xưng tụng về ngài, tán thán đức độ, trí tuệ của ngài. Nhưng làm thân tôi tớ như ta đâu có dịp nào được tận mắt nhìn thấy ngài. Hôm nay quả là dịp may muôn thuở, ta đã được nhìn thấy ngài trên đường này rồi. Ta phải đến gần ngài, lễ bái ngài mới được."

Nghĩ vậy rồi, cô liền rảo bước đến gần Phật. Trong khi ấy, cô lại nghĩ:

"Ước chi ta có được vật gì để cúng dường ngài. Thân ta làm tôi tớ, đến miếng ăn cũng phải nhờ nơi chủ, biết lấy gì mà cúng dường ngài."

Bỗng cô chợt nhớ đến bát cơm mang ra ruộng cho chủ. Cô liền suy nghĩ:

"Sẵn bát cơm này, hay ta mang đến cúng dường ngài. Nếu ta làm việc này chắc sẽ bị chủ quở phạt nặng nề, còn đánh đập nữa không chừng. Nhưng dù vậy ta cũng lấy làm vui lắm, vì suốt cuộc đời tôi tớ của ta, đâu dễ có được một dịp may nào khác mà cúng dường ngài."

Cô suy nghĩ như vậy rồi thì quyết lòng dâng cơm cúng Phật. Vừa khi ấy thì cô đến gần đức Phật.

Cô đến trước Phật, lấy hết lòng thành kính mà lễ bái. Khi ấy cô không còn biết đến gì khác ngoài việc lễ Phật. Cô không lo lắng về việc sẽ bị quở phạt, cô cũng không còn nhớ đến thân phận tôi tớ hèn hạ của mình. Cô chỉ một lòng thành kính lễ Phật.

Lạ thay, khi cô lễ Phật xong thì trong tâm trí cô bỗng tràn ngập một niềm vui sướng đến lạ thường. Cô chưa từng cảm nhận được một niềm vui như thế trong đời. Và cô vui đến nỗi khuôn mặt cô bừng sáng, rạng rỡ niềm vui ấy. Cô liền hết sức thành kính và thanh thản mà dâng cơm lên cho Phật.

Phật thọ nhận lễ cúng dường của cô xong, cô liền từ biệt mà đi đến chỗ người chủ.

Người chủ hỏi cơm đâu, cô thành thật mà kể lại sự việc mình mang cơm cúng Phật, và nói rằng mình sẵn lòng nhận mọi sự trách mắng, quở phạt.

Nhưng người chủ đã nhận thấy phong thái của cô hôm nay rất ung dung khác thường. Cô không có dáng vẻ rụt rè, sợ sệt, u tối như thường ngày. Trông cô lại rạng rỡ, vui sướng như người vừa được món châu báu quý giá nhất trên đời này vậy.

Người chủ không trách phạt cô. Ông nói:

"Không, ta không phạt em đâu. Em đã khôn ngoan hơn cả ta đây. Em không sở hữu một món gì trong người, mà còn phát tâm cúng dường cho Phật được một bữa cơm, không sợ đòn roi, trách mắng. Nhờ phước ấy ta thấy em thanh thản, vui vẻ ngay trong hiện tại. Còn ta đây, giàu có hơn em nhiều mà chưa từng làm được việc có ý nghĩa như thế. Rồi đây ta sẽ noi gương em mà cúng dường Phật. Còn bây giờ, ta tuyên bố trả tự do cho em. Em xứng đáng được thoát khỏi đời nô lệ. Em được quyền muốn đi đâu, làm gì tùy ý."

Cô gái vui mừng hớn hở, chào chủ nhà mà nói rằng:

"Nếu ông đã cho phép, tôi sẽ đến tinh xá Kỳ Viên mà cầu đức Phật nhận tôi làm đệ tử."

Người chủ vui vẻ chấp nhận. Cô gái đến tinh xá Kỳ Viên, được Phật nhận cho xuất gia, theo ni chúng mà tu tập. Cô nghe Phật thuyết pháp và chẳng bao lâu đắc quả *A-la-hán*, trở thành một trong những vị cao quý nhất của chúng *tỳ-kheo ni*.

43. ƯƠNG-QUẬT-MA-LA CẢI TÀ QUY CHÁNH

Thành *Xá-vệ* có một thanh niên tư chất khác thường, tên là Vô Hại.[1]

Anh sinh ra trong một gia đình trung lưu, vốn thông minh và có sức khỏe hơn người. Khi lớn lên, anh luôn khắc khoải tìm hiểu về ý nghĩa cuộc sống, nhưng vẫn còn bế tắc, chưa tìm được chỗ nương tựa tâm hồn vững chắc.

Không chấp nhận được cuộc sống tầm thường, với tâm trạng bế tắc anh lên đường tìm thầy học đạo. Anh đến với một vị đạo sư nọ, cũng có khá đông môn đệ.

Nhờ thông minh và có quyết tâm học hỏi để mong giải quyết được những thắc mắc của mình, nên anh học rất nhanh. Nhập môn chưa bao lâu mà mọi lý lẽ do thầy truyền dạy, anh đều tiếp thu nhanh chóng hết.

Các môn đồ cũ thấy vậy liền đem lòng ganh ghét, họ sợ anh sẽ chiếm được lòng yêu của thầy rồi vượt lên trên bọn họ. Vì thế, họ đem lời gièm pha, nói xấu anh với vị tôn sư.

Sự đời đối với những kẻ tầm thường vẫn thế, vị tôn sư ấy dẫu nghe một lần thì chẳng tin, nhưng cứ nghe mãi rồi cũng sinh lòng nghi, mà cho anh là tên phản đồ.

---

[1] Tiếng Phạn là Ahimsaka, Hán dịch là Vô Hại.

Nhưng Vô Hại đã thông minh lại có sức khỏe, nên chẳng dễ gì hại được đến anh.

Bọn ác đồ kia liền bàn với thầy rằng:

"Muốn trừ Vô Hại ra khỏi môn phái ta, có một mưu kế này. Thầy hãy nói với hắn ta là thầy còn nhiều điều huyền bí, cao siêu chưa dạy hết. Nếu hắn ta có thể dâng cho thầy một xâu chuỗi kết bằng 100 lóng ngón tay của 100 người khác nhau thì thầy sẽ giảng dạy bí pháp cho. Muốn chặt lấy ngón tay người khác, tất nhiên hắn phải giết người hoặc đánh nhau chí tử mới được. Như vậy, chỉ trong ít lâu, thế nào hắn cũng bị người khác giết mất mà thôi. Thầy trò ta khỏi phải mang tiếng giết người vậy."

Ông thầy ấy cũng thuộc loại tà sư, nên nghe lời ấy, liền nói với Vô Hại như vậy.

Vô Hại vốn tin lời thầy, liền nai nịt, cầm vũ khí, tới một chỗ đường vắng mà mai phục, chờ có người đi ngang qua thì đón lấy mà chặt ngón tay.

Qua ít lâu thì anh đã được chừng vài chục lóng ngón tay. Trong số đó, có người bị anh giết, có người chỉ bị chặt ngón tay thôi. Vì anh không chủ đích giết người, nhưng có khi người kháng cự mạnh quá thì anh buộc phải giết.

Tiếng đồn ra khắp nơi, người ta gọi anh là *Ương-quật-ma-la*,[1] nghĩa là người đeo vòng hoa kết bằng lóng

---

[1] Tiếng Phạn là Angulimala.

ngón tay. Đoạn đường có mặt anh không còn ai dám đi lại nữa.

Túng thế, anh phải chuyển sang đi rình rập nhiều nơi khác, và trở thành nỗi kinh hoàng cho nhân dân trong thành.

Vua *Ba-tư-nặc* đã nghe báo sự việc và cho quân tìm bắt. Nhưng anh ta rất khôn ngoan, trốn tránh tài tình lắm. Hơn nữa, thấy anh ta hung dữ, lại vô cớ tìm giết người như thế nên quân binh đều sợ hãi, chỉ tìm kiếm qua loa. Họ sợ rủi gặp mà đánh không hơn anh thì phải chết uổng mạng.

Đang khi ấy, đức Phật vẫn đi khất thực ở khắp mọi nơi trong thành như thường lệ. Ngài không lộ vẻ gì sợ sệt như hết thảy dân chúng trong thành.

Ngày nọ, ngài đang đi khất thực trên một con đường ở phía Nam thành *Xá-vệ* thì có người đến báo:

"Bạch đức Thế Tôn! Xin ngài đừng đi tiếp con đường này nữa. Sáng nay có người thấy *Ương-quật-ma-la* xuất hiện ở đó."

Phật cười hiền hòa, cảm ơn người ấy và nói:

"Nơi xóm ấy có người đang chờ để được cúng dường ta, ta không thể không đến."

Rồi ngài vẫn tiếp tục tiến bước, như không có gì xảy ra.

Những người dân thành *Xá-vệ* hẳn không thể biết được rằng khi còn niên thiếu ngài đã từng vô địch về tất cả các môn võ nghệ, quyền cước.

Đến một quãng vắng, ngài bỗng nghe có tiếng hô rất dữ tợn:

"Dừng lại!"

Ngài vẫn đều đều tiến bước.

"Dừng lại!"

Tiếng hô lớn bây giờ đã thành một tiếng quát rất to, có thể làm chấn động lòng người. Nhưng Phật vẫn thản nhiên tiến bước.

Quả đúng là *Ương-quật-ma-la*. Anh ta xách một con dao to, đã đuổi theo đến gần Phật và hét lớn:

"Ông kia, ta bảo ông dừng lại, tại sao không dừng?"

Phật vẫn không quay lại, nhưng ngài cất giọng trong trẻo nói đủ cho anh ta nghe từng tiếng:

"Ta đã dừng lại lâu lắm rồi."

Và bỗng nhiên, *Ương-quật-ma-la* không làm sao bắt kịp ngài. Trước mặt, anh thấy rõ vị *sa-môn* hiền hòa đếm từng bước chân rất thong thả, nhưng anh đã cố chạy nhanh hết sức mình mà không sao đuổi kịp.

Trước sự việc ấy, và nghe câu trả lời khó hiểu của Phật, *Ương-quật-ma-la* bỗng nhiên thấy đầu óc hoang mang kỳ lạ. Anh ta vừa thở hổn hển vì mệt, vừa nói:

"Dừng lại, tôi xin ngài dừng lại."

Và bây giờ thì đức Phật thực sự dừng bước, quay lại từ hòa nhìn anh, không có chút gì bối rối hay sợ hãi.

Ương-quật-ma-la đã mất hết vẻ hung hãn. Anh đến trước Phật, dừng một chút rồi hỏi:

"Ngài là ai? Vì sao ngài vẫn đi rất nhanh mà nói là đã dừng lại từ lâu rồi? Câu nói ấy thực ra có ý nghĩa gì?"

Đức Phật biết là đã đến lúc có thể giáo hóa cho *Ương-quật-ma-la*, ngài liền nói:

"Ta là ai điều đó không quan trọng. Ta nói với anh như thế là vì ta đã dừng việc tạo ra ác nghiệp từ lâu lắm rồi. Chỉ có anh vẫn còn chưa dừng đó thôi."

Câu nói này làm cho *Ương-quật-ma-la* cảm thấy bối rối, sợ hãi. Nhưng đồng thời anh cũng cảm thấy như mình đã gặp được điều mà từ lâu ra công tìm kiếm.

Phật ôn tồn nói tiếp:

"Trên đời này, bất cứ ai cũng đều tham sống, sợ chết. Vì thế mà mạng sống là rất đáng quý. Người ta nói anh là một kẻ sát nhân, nhưng ta không tin là anh cố ý giết người. Phải chăng anh có những nguyên nhân, động lực sâu xa nào đó nên phải làm chuyện không nên làm ấy? Anh có thể cho ta biết nguyên nhân dẫn đến việc làm của anh chăng?"

Ương-quật-ma-la liền kể cho Phật nghe mọi việc. Phật nói:

"Này anh bạn, nếu vì muốn hiểu được chân lý trong cuộc đời mà phải giết người, chặt ngón tay người, thì cuộc sống này sẽ như thế nào? Như vậy, anh có nghĩ là mọi người sẽ yêu thích, kính trọng loại chân lý theo kiểu đó chăng?"

Ương-quật-ma-la như chợt bừng tỉnh ngộ. Anh hiểu là mình đã gặp được bậc đạo sư từ lâu tìm kiếm. Anh hỏi:

"Thưa ngài, vậy theo ngài thì làm thế nào để hiểu được chân lý trong cuộc đời này?"

Đức Phật đáp:

"Điều mà tất cả mọi người đều nhắm đến trong cuộc sống là hạnh phúc. Chân lý đơn giản nhất là làm sao để đạt được hạnh phúc một cách chân thật, về lâu dài cũng như ngay trong giây phút hiện tại này.

"Khi anh hung hăng đuổi theo ta, lúc ấy anh không có hạnh phúc. Khi ta lấy lòng từ bi mà tiếp chuyện cùng anh, ta đang có hạnh phúc.

"Cũng vậy, cuộc sống chân chính theo con đường mà bậc thánh đã tìm ra và chỉ dạy sẽ đưa đến hạnh phúc trong hiện tại và lâu dài mai sau. Người biết tin nhận và sống theo con đường chân chính ấy là người hiểu được chân lý."

Vốn rất thông minh, *Ương-quật-ma-la* lãnh hội ngay những lời Phật nói. Anh quỳ xuống trước đức Phật, cung kính lễ bái và nói:

"Kính bạch ngài! Cho dù con vẫn chưa biết ngài là ai, nhưng điều đó quả là không quan trọng, như ngài đã nói. Chỉ bằng vào những điều ngài đã chỉ dạy, xin ngài vui lòng nhận con làm đệ tử, và truyền dạy con đường chân chánh để con noi theo."

Khi ấy, có ba vị *tỳ-kheo* là *A-nan*, *Kim-tỳ-la* và *Ưu-ba-ly* vừa đến. Họ nghe Phật đi khất thực vào chỗ nguy hiểm nên vội đến vì sợ ngài bị hại.

Phật nhận *Ương-quật-ma-la* làm đệ tử, cùng theo về tinh xá Kỳ Viên. Bấy giờ, *Ương-quật-ma-la* mới biết là mình đã gặp Phật.

Dân chúng trong thành *Xá-vệ* đều xôn xao khi nghe tin Phật thu phục *Ương-quật-ma-la*. Nhiều người không tin, nhưng khi tất cả đều thấy anh đắp y vàng, mang bình bát đi khất thực cùng với chúng *tỳ-kheo* thì họ mới thật sự tin.

Vua *Ba-tư-nặc* nghe được chuyện ấy thì rất vui mừng, và càng thêm kính trọng Phật pháp.

Nhờ nỗ lực tu tập, không bao lâu sau *Ương-quật-ma-la* tiến bộ rất nhanh, nên được Phật cho đi khất thực một mình.

Có kẻ nhận ra ông là tên sát nhân ngày trước, bèn la lên: "Sư hổ mang! Sư hổ mang!" Rồi lấy đá mà ném ông chảy máu đầu, bể bình bát. Ông vẫn không kháng cự hoặc phàn nàn, chỉ lặng thinh quay về.

Phật biết chuyện, gọi *Ương-quật-ma-la* đến, dạy rằng:

"Đó là ác nghiệp con đã gieo, nay phải gánh lấy. Hãy nhẫn nhục, kiên trì tu tập, đừng gieo thêm hờn oán nữa. Rồi đây sẽ có lúc mọi người hiểu và kính trọng con."

Quả thật, không bao lâu sau thì cả thành *Xá-vệ* đều hiểu được anh *Ương-quật-ma-la* ngày trước đã thật sự cải tà quy chánh.

44. NGOẠI ĐẠO BÀY MƯU HẠI PHẬT

Từ khi đạo Phật lan truyền ngày càng rộng rãi, thì dân chúng đa phần không còn tin vào giáo thuyết xằng bậy của các phái ngoại đạo nữa. Những kẻ cuồng tín theo ngoại đạo vì thế đâm ra căm ghét Phật, nhưng không biết làm cách nào để hãm hại.

Họ cho người ở rãi rác quanh vườn Cấp Cô Độc, mong tìm thấy được những chỗ sai sót, lỗi lầm của chư vị *tỳ-kheo* để mà công kích, phỉ báng. Nhưng đã lâu lắm rồi mà họ chẳng thấy được gì, vì các vị sống nghiêm trì giới luật, mọi hành vi hàng ngày đều oai nghi, mẫu mực.

Khi ấy, những kẻ ngoại đạo ác tâm này mới bàn mưu với nhau dùng một nữ tín đồ của họ tên là *Sanh-ca*[1] để bôi nhọ Phật.

Âm mưu của họ là thế này. Mỗi ngày, vào giờ Phật thuyết pháp xong, những vị đến nghe giảng từ trong tinh xá Kỳ Viên lui ra, thì cô *Sanh-ca* lại đi tới vườn Cấp Cô Độc, mặc áo hồng lộng lẫy, hai tay cầm đầy hoa. Tình cờ có ai hỏi đi đâu, thì cô đáp theo lối úp úp, mở mở: "Hỏi mà làm gì?"

Rồi cô đến gần vườn cây, không đi vào tinh xá của Phật, mà chờ lúc vắng người rồi đi thẳng lại với bọn tà sư ngoại đạo, ở đó sáng đêm. Rạng đông cô trở lại cửa

---

[1] Tiếng Phạn là Cincā.

tinh xá, cố ý làm cho những tín đồ đi sớm gặp cô, rồi cô chậm bước đi về.

Có ai hỏi cô: "Đi đâu về sớm vậy?" Thì cô cũng đáp ỡm ờ rằng: "Hỏi mà làm gì?"

Qua tháng sau, cô đổi cách trả lời. Hễ chiều tối, cô nói rằng: "Tôi đến vườn Cấp Cô Độc, đức Phật đang chờ tôi." Đến sáng lại nói: "Tôi ở trong vườn Cấp Cô Độc ra, tôi đã ở đó suốt đêm với Phật."

Cũng có những người dại dột tin theo lời cô và ngờ rằng hành vi của Phật không đúng đắn.

Được sáu tháng sau, cô lấy vải độn dần vào bụng cho to lên, để người ta ngờ rằng cô có thai. Mấy kẻ tầm thường khi ấy đều cho rằng đức hạnh của Phật chỉ có vẻ ngoài mà thôi.

Đủ chín tháng, cô lấy một cái gáo dừa độn trước bụng, có vải bao quanh cho thật lớn, rồi cô giả như cách đi đứng mệt mỏi, chậm chạp. Một buổi chiều, cô vào giảng đường nhằm lúc Phật đang thuyết pháp. Cô nhìn thẳng lên chỗ Phật mà nói lớn rằng:

"Thầy giảng đạo cho người ta nghe rất êm dịu, ngọt ngào. Thế mà em đây có thai với thầy, gần ngày sanh nở lại chẳng có chỗ để sanh con. Thầy cũng không cho em gì hết. Thầy có xấu hổ mà không đến săn sóc em, ít nhất thầy cũng phó thác em cho một người đệ tử. Sao thầy lại nở không nhìn đến em, cũng không lo cho đứa trẻ sắp lọt lòng. Thầy muốn vui hưởng ái dục mà không muốn lãnh trách nhiệm hay sao?"

Đức Phật thản nhiên, ngài nói:

"Nhà ngươi nói thật hay nói dối, chỉ có ngươi biết, ta biết mà thôi."

Cô la lớn:

"Tôi không nói dối."

Đức Phật vẫn yên tĩnh như thường. Nhưng khi ấy, trong đại chúng bắt đầu xôn xao. Những người mới theo đạo thì phân vân, ngỡ ngàng. Những kẻ đã tin sâu Tam bảo thì biết đây là chuyện bịa đặt. Họ la ó, quát mắng cô, đòi đuổi cô ra khỏi giảng đường. Có mấy người cư sĩ nóng tính không dằn được, xông tới muốn tóm lấy cô. Trước đám đông phẫn nộ ấy, cô hoảng quá không còn giả vờ uể oải, mỏi mệt được nữa mà vùng chạy rất nhanh. Nhưng do sợ quá, luống cuống thế nào mà vấp chân té sấp xuống. Bị dằn mạnh, sợi dây ràng của cô đứt mất. Cô vừa lồm cồm đứng dậy thì vải độn rớt xuống, rồi gáo dừa rơi lăn tròn trên mặt đất.

Cả giảng đường đều ồ lên, hiểu ra sự thật. Cô tái mặt, run lẩy bẩy, chân bước không được nữa. Có mấy người thương hại, đến dìu cô ra khỏi tinh xá.

Phật tiếp tục buổi thuyết pháp. Ngài giảng với mọi người rằng sự vu khống là xuất phát từ những đầu óc đen tối, hận thù, và chúng không thể tồn tại lâu dài, lấn át chân lý được. Vì thế, cách tốt nhất để chống lại mọi sự vu khống là sống trong sạch và vững tin nơi sự trong sạch. Chỉ những người thiếu đức tin mới bị lừa gạt bởi các trò vu khống.

45. NGOẠI ĐẠO VU OAN CHO PHẬT

Sau khi tổ chức hãm hại Phật bằng mưu kế gian trá chẳng thành công, bọn ngoại đạo vẫn không từ bỏ tâm ác độc.

Chúng suy nghĩ rằng, những việc gian trá nếu đưa ra ánh sáng, nơi chỗ đông người thì rất dễ bại lộ. Như vậy, muốn hại Phật cần phải thực hiện những âm mưu đen tối và mờ ám, khiến cho người ta không thể biết được đâu là sự thật, mới có thể làm hại thanh danh của Phật được.

Chúng lại nghĩ, đối với đức Phật mọi người đều hết lòng kính phục, nay không dễ gì lay chuyển niềm tin ấy. Như vậy, muốn hại Phật cần phải nhắm vào các đệ tử của ngài thì mới dễ có kết quả. Khi đệ tử đã mang tiếng xấu, thì thanh danh của thầy cũng không thể trọn vẹn được.

Sau khi bàn tính rất kỹ với nhau như vậy, bọn ngoại đạo mới liên kết cùng nhau mà thực hiện một âm mưu vô cùng hiểm độc và dã man.

Chúng bỏ tiền thuê một nhóm thanh niên hư hỏng, một đêm kia bí mật chặn đường giết chết một nữ tín đồ của chúng là cô *Xuân-đà-ri*,[1] rồi đem chôn xác cạnh bờ rào của tinh xá Kỳ Viên.

---

[1] Tiếng Phạn là Sundari.

Tiếp tục vở kịch, sáng sớm chúng cho người giả cách đi tìm cô, đến đó thấy dấu đất mới lấp khả nghi thì đào lên, liền gặp xác chết cô *Xuân-đà-ri* chôn sơ sài, vội vàng nơi ấy.

Rồi những người này hô hoán lên, báo với quan binh cùng đến chứng thực: một cô gái trẻ bị giết một cách ám muội rồi chôn xác ngay sát bờ rào của tinh xá Kỳ Viên.

Dựng lên sự việc như thế rồi, chúng mới cho người đi rêu rao khắp nơi rằng: đệ tử của Phật hãm hiếp gái tơ cho đến chết rồi giấu xác nơi ven bờ rào tinh xá.

Cả thành *Xá-vệ* lại một phen xôn xao, chấn động. Những người vững tin Tam bảo thì đoan chắc đây là âm mưu của ngoại đạo, nhưng đối với nhiều người khác thì đây quả là việc đáng ngờ.

Họ suy luận rằng, Phật dẫu là bậc thánh triết, thanh tịnh, nhưng trong số đệ tử rất đông của ngài, nếu có lẫn một vài kẻ xấu cũng là chuyện có thể tin được. Hơn nữa, chứng cứ rành rành, nếu hung thủ là ai khác, thì tại sao lại phải mang xác đến chôn ở tinh xá Kỳ Viên?

Một số kẻ dại dột hơn thì lấy làm phẫn nộ, cho rằng Phật chỉ giả danh đạo đức, trong khi dung túng đệ tử của mình làm chuyện vô lương.

Kẻ nói này, người nói nọ, nhưng tựu trung là dư luận rất bất lợi cho Phật và chư tăng. Ngày ngày, các vị đi khất thực phải hứng chịu những ánh mắt soi mói, nghi ngờ, thậm chí có khi khinh bỉ nữa.

Trong khi đó, thái độ của Phật cũng không khác gì lần vu khống trước. Ngài vẫn thản nhiên như không có việc gì xảy ra. Khi dư luận đã trở nên khá căng thẳng, ngài liền triệu tập tất cả tăng chúng đến mà huấn thị rằng:

"Những điều vu khống không thể tồn tại lâu, không thể lấn át ánh sáng của sự trong sạch. Điều quan trọng nhất là chúng ta phải biết vững lòng tin ở chính sự trong sạch của mình, của tăng đoàn.

"Ta biết chắc tất cả các ngươi hoàn toàn vô tội trong việc này, nhưng mỗi người phải tự biết nhẫn nhục chịu đựng, không được có phản ứng nào trái với giáo pháp của ta. Điều cần nhất là tất cả các ngươi đều phải vững tin vào sự trong sạch của *Tăng-già*, không được hoài nghi lẫn nhau, vì như vậy là tự làm hại lấy mình. Như ta đã nói, chỉ những người thiếu đức tin mới bị lừa gạt bởi các trò vu khống.

"Và ta cũng nhắc lại, sự vu khống dối trá không thể tồn tại lâu dài, không thể lấn át ánh sáng của sự trong sạch chân thật."

Nghe lời huấn thị của đức Phật, hết thảy chư tăng đều ghi nhớ. Vì vậy, cho dù là một nỗi oan tày trời nhưng các vị không hề tỏ thái độ bực dọc hay phẫn uất.

Lúc ấy, trưởng giả *Tu-đạt* trong thành *Xá-vệ* rất lo lắng về những dư luận không hay cho tăng đoàn ngày càng lan rộng. Thậm chí bọn ngoại đạo đã bắt đầu công khai xách động một số người nộp tờ cáo trạng lên vua *Ba-tư-nặc*, đòi trục xuất Phật và chư tăng ra khỏi nước.

Trưởng giả *Tu-đạt* vốn hoàn toàn đặt niềm tin nơi Tam bảo, nên ông không hề nao núng trước sự vu khống này. Ông âm thầm tập hợp một số người tốt để cùng nhau tìm cách làm rõ sự thật.

Họ bỏ tiền thuê người đi dò la ở khắp các hang cùng ngõ hẻm trong thành, nhất là những nơi mà bọn xấu hay tụ tập để nhậu nhẹt, chè chén.

Và quả thật, cuối cùng họ đã thành công. Một hôm họ nghe được bọn người giết thuê uống rượu say rồi cãi vả nhau. Nguyên nhân là vì chúng chia tiền nhận được chẳng đồng đều. Những người do thám lập tức báo ngay với *Tu-đạt*. Ông đích thân báo quan binh đến vây bắt tại chỗ, nhờ có nhiều người chứng nơi ấy cũng đều nghe bọn chúng cung khai sự việc.

Bị bắt về cửa quan, toán giết thuê này không dám dấu giếm nữa, liền khai hết sự vụ đã nhận tiền, giết người rồi đem chôn ở tinh xá Kỳ Viên. Chúng cũng khai rõ những người đã bỏ tiền thuê chúng làm việc dã man ấy.

Như vậy là thành *Xá-vệ* lại một phen rúng động. Ai nấy đều lấy làm kinh ngạc và thán phục sự nhẫn nhục hoàn toàn của Phật và chư tăng. Cho dù sự việc hết sức oan ức nhưng các ngài cũng không đưa ra một lời phản đối hay biện bạch nào.

Và điều kỳ lạ hơn nữa là, sau vụ này vua *Ba-tư-nặc* thân hành đến vấn an và nghe lời huấn thị của Phật. Khi trở về, vua đại xá mà không đưa ra truy tố các giáo chủ ngoại đạo đã dính dáng trực tiếp vào vụ việc.

46. MẤY VỊ ĐỆ TỬ NGỖ NGHỊCH

Khi ấy, đức Phật đang ở trong một tinh xá nhỏ nơi thành *Câu-đàm-di*.[1] Dân chúng nơi đây thường đến nghe Phật thuyết pháp một cách sốt sắng. Nhiều người qui y, nhiều người xin xuất gia, thọ giới làm *tỳ-kheo*. Vua *Ưu-đà-diên*[2] ở xứ này là một Phật tử thuần thành, thậm chí ngài có cho thái tử *Ra-trá-ba-la*[3] xuất gia theo Phật học đạo.

Nhưng chính ở xứ *Câu-đàm-di* này, Phật chứng kiến một việc đáng buồn.

Trong thành có một tinh xá lớn hơn nơi Phật đang ở, do ông trưởng giả *Gô-si-ta*[4] xây cất để cúng dường, nên gọi là tinh xá *Gô-si-ta*. Tăng chúng tu học ở đó có đến mấy trăm vị. Đặc biệt là chia làm hai nhóm, một nhóm chuyên học về kinh, có vị đứng đầu gọi là Kinh sư; một nhóm chuyên học về luật, có vị đứng đầu gọi là Luật sư.

Một hôm, vị Kinh sư đi vào nhà cầu ra, dội nước xong còn thừa một ít trong chậu, nhưng ông quên không đổ nước đi để úp chậu xuống.

---

[1] **Tiếng Phạn là** Kauçãmbi.

[2] **Tiếng Phạn là** Oudayana.

[3] **Tiếng Phạn là** Rashtrãpala.

[4] **Tiếng Phạn là** Ghosita.

Ngay khi đó, đến lượt vị Luật sư đi cầu. Ông thấy vậy thì ra ngoài nói ngay với vị Kinh sư rằng: "Tại sao thầy làm sai luật?" Vị Kinh sư trả lời: "Tôi không biết." Vị Luật sư nói: "Không biết thì không phạm luật."

Sự việc chỉ có thế. Tưởng không có gì đáng nói nữa. Nhưng rồi vị Luật sư sau đó nói với các *tỳ-kheo* trong nhóm của mình rằng: "Vị Kinh sư phạm luật." Các *tỳ-kheo* phái luật liền truyền ra khắp nơi rằng: "Vị Kinh sư phạm luật."

Các *tỳ-kheo* thuộc phái thầy Kinh sư liền đem chuyện ấy mà hỏi. Vị Kinh sư liền nói rằng: "Vị Luật sư đã nói với ta rằng: 'Không biết thì không phạm luật.' Bây giờ lại đi nói với người khác rằng ta phạm luật. Sự việc rõ ràng như thế thì ông ta đúng là mắc tội vọng ngữ."[1]

Các *tỳ-kheo* trong nhóm thầy Kinh sư liền đi nói với các thầy bên nhóm Luật sư rằng: "Thầy của các ông mắc tội vọng ngữ."

Thế là sự việc bắt đầu trở nên nghiêm trọng. Nhóm này chỉ trích nhóm kia là phạm luật, còn nhóm kia lại bảo nhóm này là nói láo. Vấn đề không còn là của hai vị Kinh sư và Luật sư nữa, mà trở thành sự tranh cãi gay gắt giữa hai nhóm.

Có một số các *tỳ-kheo* sáng suốt, không rơi vào hai nhóm trên. Họ chỉ lo việc tu tập mà thôi. Khi thấy việc

______

[1] Vọng ngữ: nói không đúng sự thật, nói dối.

tranh cãi ngày càng to chuyện hơn, họ liền đến báo với đức Phật để nhờ can thiệp.

Phật cho một vị *tỳ-kheo* thay mặt đến, khuyên cả hai bên hãy dẹp bỏ những tự ái, cố chấp của mình đi, hãy cố sống trong sự cảm thông và hòa hợp cùng nhau. Nhưng cả hai bên đều bỏ ngoài tai những lời khuyên quý báu ấy. Lửa sân hận của họ đang cháy đến cao độ, họ không còn sáng suốt nữa. Bấy giờ, hai bên đều đối với nhau như kẻ thù.

Phật liền thân hành đến khuyên dạy. Ngài không chỉ trích, phê phán bên nào cả, mà chỉ ôn tồn khuyên bảo cả hai bên nên can đảm mà dẹp bỏ sự tự ái, cố chấp của mình, để gìn giữ sự hòa hợp quý báu của *Tăng-già*.

Thật bất ngờ, sau khi nghe hết lời Phật, một *tỳ-kheo* bỗng đứng lên nói rằng:

"Bạch Thế Tôn, xin ngài đừng xen vào chuyện này. Xin ngài hãy an tâm mà lo chuyện thiền định của ngài. Tất cả chúng tôi đều đã đủ trí khôn để tự giải quyết những chuyện như thế này."

Đức Phật biết rằng các vị *tỳ-kheo* ấy đã bị mù quáng vì lửa sân hận và lòng kiêu mạn, không còn có thể tiếp nhận ánh sáng chân lý trong lời nói của ngài được nữa. Vì vậy, ngài lặng lẽ bước ra, rời khỏi tinh xá.

Đức Phật rời tinh xá rồi theo đường lớn mà đi ra chỗ đồng vắng. Ngài cũng không cho thị giả biết mình đi đâu. Đi mãi đến khu rừng kia, ngài gặp các vị đệ tử đang tĩnh tọa nơi đó. Ấy là các ông *Bạt-già, A-na-luật* và *Kim-tỳ-la*. Các vị gặp Phật đi một mình đến thì đều ngạc nhiên và mừng rỡ vô cùng.

Phật hỏi chuyện tu tập. Ba vị trình bày với Phật là họ sống rất hòa thuận nơi đây, nhắc nhở nhau cùng tu tập. Phật rất hài lòng. Ngài nghĩ, có nhiều đệ tử của ta vui sống hòa thuận và không cãi lẫy nhau.

Mùa an cư năm ấy, trong ba tháng, ngài quyết định cư trú lại nơi khu rừng này. Không có thị giả, mỗi ngày ngài đi đến xóm làng khất thực, rồi trở lại rừng mà tham thiền.

Khu rừng ấy đặc biệt có rất nhiều thú. Trong thời gian ngài ở đây, có một bầy voi và mấy con vượn thường đến chơi quanh quẩn bên chỗ ngài tọa thiền.

Gần chỗ ngài tọa thiền có một hồ nước trong rất đẹp, bầy voi hay xuống đó uống nước và đùa nghịch cùng nhau.

Mỗi khi voi con trong bầy chạy chơi xa vào rừng, không còn theo bầy, voi mẹ liền cất lên một tiếng hú dài. Voi con nghe tiếng hú ấy liền lập tức quay lại, tụ tập quanh voi mẹ.

Sau nhiều lần nghe tiếng hú ấy, một hôm Phật thử bắt chước theo như vậy. Ngài hú giống voi mẹ lắm, nên bầy voi con chạy đến vây quanh ngài. Ngài lấy tay xoa đầu một con. Bầy voi quanh quẩn với ngài một lát rồi đi.

Sau mùa an cư, Phật đi thẳng về thành *Xá-vệ*. Tin ngài trở lại thành *Xá-vệ* làm cho tất cả chư tăng ni nơi đây đều hết sức vui mừng. Ngay lập tức, họ tụ tập đông đảo nơi tinh xá Kỳ Viên để mong lại được nghe ngài thuyết pháp.

Chư tăng ni ở thành *Xá-vệ* cũng đều đã nghe chuyện bất hòa trong tăng đoàn ở *Câu-đàm-di*. Tất cả đều lấy làm tiếc cho điều đó. Phật liền lấy lời từ hòa mà an ủi hết thảy đại chúng. Ngài nói:

"Không bao lâu nữa, các vị huynh đệ ấy sẽ tự biết thức tỉnh, ăn năn."

Quả thật, chỉ mấy hôm sau thì có người báo tin tăng đoàn bên *Câu-đàm-di* đang trên đường sang thành *Xá-vệ*.

Nguyên nhân là, sau khi Phật bỏ Câu-đàm-di mà đi, vụ tranh cãi trở nên không thể dàn xếp được. Các vị *tỳ-kheo* sáng suốt không theo phe nào đều chán ngán bỏ đi hết. Còn lại những ông tăng mê muội ấy không đủ oai đức để tín đồ nương tựa, họ đều dần dần xa lánh không lui tới nghe pháp, cũng không cúng dường cho các ông nữa. Bấy giờ họ mới nghĩ lại và thấy hết sự dại dột của mình, muốn tìm Phật để cầu sám hối nhưng bặt tin không biết Phật ở nơi đâu. Nay vừa nghe tin Phật trở về thành *Xá-vệ*, họ liền kéo nhau lần sang.

Một buổi sáng kia, bọn họ vào đến vườn *Cấp-cô-độc*, nhưng không dám vào, còn đứng ngoài cổng. Trông bộ dạng họ âu sầu và tiều tụy lắm. Thiên hạ không còn cúng dường cho họ nữa, người ta bất bình vì nghe chuyện họ cãi lời đức Phật. Bây giờ họ kéo nhau đến mà xin sám hối với Phật.

Khi ấy, ông trưởng giả *Tu-đạt* thay mặt cho thiện nam tín nữ trong thành đến lễ Phật mà hỏi có nên cúng dường cho mấy ông tăng ngỗ nghịch ấy hay chăng. Phật bảo hãy cứ cung kính mà cúng dường các vị ấy như trước.

Tiếp đó, đại đức *Xá-ly-phất* cũng vào thỉnh ý Phật có nên tiếp các vị tăng ấy vào tinh xá hay chăng. Phật bảo cứ tiếp đón họ chu đáo theo nghi thức của tăng đoàn.

Hôm sau, các vị tăng ấy thưa với đại đức *Xá-ly-phất* xin được sám hối lỗi lầm cùng Phật. *Xá-ly-phất* bảo các vị ấy rằng việc tự thấy lỗi lầm mà sám hối, ăn năn chừa bỏ mới là quan trọng. Nhưng các vị mong muốn được sám hối trước mặt Phật mới an lòng.

Phật liền chỉ dạy cho họ cách sám hối như thế nào.

Đầu tiên, vị Kinh sư quỳ xuống trước vị Luật sư và đại chúng, nói với vị Luật sư rằng:

"Bạch đại đức, tôi nhận là mình có phạm luật. Tôi xin sám hối trước đại đức và với đại chúng, để tinh thần tu tập của chúng ta được trở lại hòa hợp như cũ."

Kế đó, vị Luật sư cũng quỳ xuống trước vị Kinh sư và đại chúng, nói với vị Kinh sư rằng:

"Bạch đại đức, tôi nhận là mình đã nói không đúng sự thật, gây chia rẽ bất hòa trong *Tăng-già*. Tôi xin sám hối trước đại đức và với đại chúng, để tinh thần tu tập của chúng ta được trở lại hòa hợp như cũ."

Các vị *tỳ-kheo* theo hai phe nhóm kình chống nhau giờ đây cũng tự biết lỗi lầm. Họ cũng sám hối và nguyện sẽ không còn để cho những tự ái xằng bậy và lòng kiêu mạn lấn át nữa.

Mấy ngày sau, các vị lần lượt trở về *Câu-đàm-di* để tiếp tục tu học.

Qua sự việc này, các vị đệ tử lớn của Phật nhận thấy cần phải làm một điều gì đó để ngăn chặn những sự việc tương tự có thể xảy ra trong tương lai.

Các vị bèn cùng nhau soạn thảo ra một số quy tắc phải tuân theo khi tổ chức cộng đồng tu học, nhằm đảm bảo sự hòa hợp bền vững. Sau nhiều ngày bàn thảo, đúc kết, các vị rút gọn hết thảy vào sáu điều căn bản và trình lên đức Phật. Phật khen ngợi nội dung sáu điều ấy và cho phép ban hành, phổ biến khắp tất cả các tu viện thuộc giáo hội *Tăng-già*. Sáu điều ấy được gọi tên là Lục hòa kính, cho đến ngày nay vẫn còn là kim chỉ nam cho tất cả mọi cộng đồng tu tập trong Phật giáo. Nhiều bậc tôn túc về sau vẫn thường xem đây như là bản Hiến pháp của *Tăng-già*.

Sáu điều ấy cụ thể là:

1. *Cùng nhau cư trú trong hòa thuận*:[1] Mọi người trong cộng đồng phải giữ hòa thuận với nhau ở nơi cư trú. Phải biết nhường nhịn, chia sẻ nhau mọi phương tiện, tiện nghi chung của nơi cư trú đó, như là phòng ốc, ánh sáng, nguồn nước sinh hoạt...

---

[1] Thân hòa đồng trú

2. *Lời nói hòa thuận cùng nhau không tranh cãi:*[1] Mọi người trong cộng đồng phải tránh nói ra những lời gây tranh cãi, phải biết nói lời hòa nhã, khiêm tốn, dẹp bỏ tự ái cá nhân và lòng kiêu mạn.

3. *Tâm ý hòa thuận cùng nhau vui vẻ:*[2] Mọi người trong cộng đồng phải thống nhất ý kiến. Phải biết lắng nghe nhau để đi đến sự thống nhất đó, không ai được độc đoán, bảo thủ.

4. *Giữ giới hòa thuận cùng nhau tu tập:*[3] Mọi người trong cộng đồng phải cùng nhau nghiêm trì giới luật. Phải biết giúp đỡ, cảm thông nhau để nâng đỡ cho nhau cùng tiến bộ trong việc tu tập.

5. *Chia sẻ tri thức để cùng nhau hiểu biết:*[4] Mọi người trong cộng đồng phải cùng nhau chia sẻ tri thức, không ai được giữ lấy kiến thức như chỗ sở kiến của riêng mình. Phải biết học hỏi, chỉ dẫn cho nhau để cùng hiểu biết.

6. *Chia sẻ đồng đều mọi nguồn lợi tức:*[5] Mọi người trong cộng đồng phải chia sẻ đồng đều với nhau về mọi thứ có được, như vật thực do tín thí cúng dường hoặc lợi tức chung của cộng đồng... Không ai được dành lấy phần

---

[1] Khẩu hòa vô tránh
[2] Ý hòa đồng duyệt
[3] Giới hòa đồng tu
[4] Kiến hòa đồng giải
[5] Lợi hòa đồng quân

hơn hoặc có ý nghĩ rằng một nguồn lợi nào đó là của riêng mình.

Với sáu điều hòa kính này, mọi cộng đồng đều sẽ trở thành môi trường lý tưởng cho người tu tập. Và nếu mọi người tôn trọng, giữ đúng những nguyên tắc này thì mọi nguyên nhân gây chia rẽ, bất hòa đều bị dẹp bỏ.

47. PHẬT HÓA ĐỘ NGƯỜI ĐIỀN CHỦ

Một hôm, đức Phật trở lại thành *Vương-xá*. Có một ông điền chủ *bà-la-môn* tên *Bà-ra-hoa-sa*,[1] nhà ở xa kinh thành, thuộc về vùng đồng ruộng. Khi ấy vừa xong mùa gặt, người *bà-la-môn* cùng những người giúp việc tổ chức ăn mừng năm ấy được mùa. Họ cười đùa ầm ỉ và ca hát, nhảy múa.

Vừa lúc ấy đức Phật mang bình bát đi ngang qua. Những người hiểu biết liền cúi chào ngài và cúng dường rất niềm nở. Nhưng ông *Bà-ra-hoa-sa* vốn chưa hiểu gì về Phật, lấy làm bất bình và nói lên những lời nặng nề:

"Ông thầy tu kia, ông không được đến xin vật thực nơi đây. Cuộc sống của ông không phải là một gương tốt cho chúng tôi noi theo. Tất cả chúng tôi đều phải làm việc khó nhọc, trông đợi từng mùa thu hoạch. Nào chủ, nào tớ đều phải lo cày, lo gieo, lại lo gặt hái rất nhọc nhằn. Chúng tôi nhờ vậy mới có thức ăn, mới có tích lũy trong kho, rồi mới dám ăn uống, nghỉ ngơi, vui cười. Còn ông, ông chỉ biết lang thang theo đường này ngõ nọ. Sự cực nhọc của ông chỉ là đưa bình bát ra xin mà thôi. Tốt hơn ông nên biết tự làm lấy, tự cày cấy và gieo giống để có mà ăn đi vậy."

Đức Phật không chút giận dỗi, ngài mỉm cười đáp rằng:

---

[1] Tiếng Phạn là Bhāradvāja.

"Này ông bạn! Ta cũng cày, cũng gieo giống. Công việc xong, ta cũng vui chơi."

Ông *Bà-ra-hoa-sa* lấy làm ngạc nhiên, liền hỏi:

"Ông có cày ư? Ông có gieo giống ư? Vậy ông thử chỉ cho chúng tôi xem đi nào?"

Đức Phật nói:

"Hạt giống mà ta gieo trồng là sự thấy biết chân chánh, trong sạch. Hạt giống gieo rồi, gặp mưa sẽ nảy mầm. Mưa, đó là những điều lành. Ta dùng một cái cày to: mũi cày là trí tuệ, cán cày là đạo hạnh. Ta có con bò mạnh mẽ kéo cày, ấy là lòng thành tín. Khi ta cày ở đâu, cỏ ái dục ở đó đều chết hết. Đúng thời vụ, ta gặt quả là *Niết-bàn.*"

Khi ấy, những người chung quanh đều lắng nghe cuộc đối đáp. Một người nói với ông *Bà-ra-hoa-sa* rằng:

"Vị tu sĩ này chính là đức Phật, người giáo hóa cho muôn vạn người theo về nẻo lành. Chính ngài đã cải hóa cho *Ương-quật-ma-la* trước đây cải tà quy chánh đó."

Ông *Bà-ra-hoa-sa* nghe như vậy rồi liền thức tỉnh, quỳ xuống lễ bái Phật.

48. PHẬT GIẢNG HÒA HAI NƯỚC

Khi ấy Phật đang ở thành *Xá-vệ*. Sau khi mãn hạ, ngài nghe tin về một vụ tranh chấp dữ dội giữa vua *Ma-ha-na-ma*[1] và vua Thiện Giác.[2]

Hai vua đều là người thân thích đối với Phật, cũng như dòng họ *Thích-ca*. Hai nước có biên giới kề cận nhau, có một con sông nhỏ chảy ngang qua biên giới.

Hàng năm, nhân dân hai nước đều nhờ vào con sông này để lấy nước làm ruộng. Năm ấy, trời hạn rất lâu, nên nước sông ngày càng xuống thấp.

Thấy có nguy cơ thiếu nước, nông dân ở ven bờ sông bắt đầu đắp lên những con đập để ngăn nước. Ai cũng muốn giữ được nhiều nước về phần mình, vì thế tranh chấp bắt đầu bùng ra.

Khi nắng hạn ngày càng kéo dài, nước sông càng xuống thấp, thì việc tranh chấp nguồn nước càng trở nên gay cấn hơn. Cuối cùng, cả hai nước đều đã chuẩn bị binh lực, sẵn sàng nổ ra chiến tranh.

Nghe biết sự việc, đức Phật quyết định đến can ngăn hai vua, bởi cả hai vị này đều là người thân của Phật.

---

[1] Vị vua kế vị vua *Tịnh-phạn*.

[2] Tiếng Phạn là Suppabuddha. Ông này là cha của công chúa Da-du-đà-la.

Phật chọn một nơi thích hợp rồi cho mời cả hai vua đến. Ngài nói với họ rằng:

"Trong lúc nắng hạn như thế này thì nguồn nước sông quả là vô cùng quý giá. Nhưng hai vị nên biết rằng, có một thứ nước còn quý hơn nhiều: đó là máu trong cơ thể. Các vị không thể vì tranh chấp nước dưới sông mà làm chảy ra mất dòng máu trong cơ thể của nhân dân hai nước. Sự đánh đổi như vậy là thiếu khôn ngoan và không hợp lý. Bởi vì, chúng ta sợ mất mùa, đói kém, tức là sợ dẫn đến cái chết. Nhưng gây ra chiến tranh tức là tìm đến cái chết còn nhanh hơn nữa."

Chờ cho hai vua nhận hiểu đầy đủ những điều vừa nói, rồi Phật mới ôn tồn nói tiếp:

"Cách giải quyết tốt nhất hiện nay là phải biết nhường nhịn, cùng nhau chia sẻ đồng đều nguồn nước hiện còn. Nếu hạn hán kéo dài đến mức khô cạn nước sông, thì điều đó phải được hiểu là một tai họa chung, hai nước phải cùng nhau chịu đựng. Không nên vì muốn giành phần sống về mình mà nhẫn tâm nhìn người khác chết.

"Tuy nhiên, vấn đề không đến mức nghiêm trọng như vậy, vì theo lịch sử ghi nhận lại thì con sông này chưa bao giờ cạn, bởi nó bắt nguồn từ tận trên dãy *Hy-mã-lạp* sơn. Hai nước hãy cố kiên trì chịu đựng trong tình thân hữu, điều đó sẽ khiến cho vấn đề trở nên nhẹ nhàng hơn nhiều."

Sau khi nghe Phật giảng hòa, không những hai vua mà nhân dân hai nước cũng dẹp bỏ mọi ý nghĩ tranh chấp, cùng nhau chia sẻ nguồn nước một cách hợp lý và công bình.

Quả nhiên, hạn hán đã không làm khô kiệt nước sông. Và nhờ sự giảng hòa của Phật, cuộc chiến tranh tưởng chừng như không thể tránh khỏi giữa hai nước cũng đã được ngăn chặn.

49. ĐỀ-BÀ-ĐẠT-ĐA MƯU HẠI PHẬT

Đề-bà-đạt-đa tuy xuất gia theo Phật đã lâu nhưng chưa dẹp bỏ được tính tự cao, kiêu mạn. Ông không muốn ở dưới quyền ai, nên muốn được địa vị như Phật. Nhưng ông biết rằng chư *tỳ-kheo* không kính phục ông, nên ông âm mưu muốn dựa vào quyền thế.

Vì vậy, ông âm thầm lui tới nơi thái tử *A-xà-thế,* dùng lời xúi giục thái tử giết vua cha mà soán ngôi. Bởi ông nghĩ rằng khi ấy ông có thể dựa vào quyền thế của tân vương mà thay thế địa vị Phật.

Sự ấy chưa diễn ra, nhưng nhờ những lời dua nịnh, bợ đỡ, *Đề-bà-đạt-đa* được thái tử rất tôn trọng, ban thưởng nhiều món đồ quý giá. Nhân đó mà ông ngày càng tự cao tự đại, cho rằng uy tín của mình đã đến lúc lớn hơn Phật rồi.

Một hôm, trước mặt đại chúng ông công khai thưa với Phật rằng:

"Bạch Thế Tôn! Nay ngài đã cao tuổi lắm rồi, sự minh mẫn, linh hoạt chẳng còn được như xưa nữa, nên việc điều hành giáo hội *Tăng-già* phải làm cho ngài nhọc mệt lắm. Xin ngài hãy nghỉ ngơi mà thiền định, để việc điều hành giáo hội lại cho tôi lo liệu."

Đức Phật cười đáp:

"Ngươi chớ lo việc ấy. Ta tự biết lúc nào ta nên từ biệt trần gian. Hiện giờ đây ta vẫn cần phải giữ gìn việc điều hành giáo hội. Vả lại, trong các đệ tử lớn vẫn còn nhiều bực tài trí hơn ngươi, như *Xá-ly-phất* và *Mục-kiền-liên* mà ta còn chưa giao quyền điều hành, huống hồ là kẻ như ngươi."

Lời nói thẳng ấy làm cho *Đề-bà-đạt-đa* tức giận, nhưng ông phải dằn lòng mà cung kính chào Phật rồi đi ra.

Từ đó, *Đề-bà-đạt-đa* đem lòng căm ghét, lại nảy ra ý muốn giết Phật để lên thay quyền thống lãnh *Tăng-già*.

Không bao lâu sau đó thì thái tử *A-xà-thế* nghe lời *Đề-bà-đạt-đa* mà âm mưu giết cha. Âm mưu bị bại lộ, nhưng vua *Tần-bà-sa-la* không bắt tội, lại lập tức truyền ngôi cho thái tử.

Thái tử lên ngôi rồi, *Đề-bà-đạt-đa* lại xúi giục thái tử nên giết cha đi để trừ hậu hoạn. Thái tử *A-xà-thế* nghe lời *Đề-bà-đạt-đa* mà bắt vua cha giam vào ngục, bỏ đói cho đến chết.

Vua mới đã lên ngôi rồi, *Đề-bà-đạt-đa* cậy thế càng mạnh dạn hơn trong việc ám hại Phật. Ông thuê 8 người dũng mãnh đến chỗ Phật ngự để giết Phật. Bọn này bố trí 7 người canh phòng chung quanh, còn một người mang gươm vào giết Phật lúc trời gần sáng.

Tên thích khách bị Phật phát hiện dễ dàng. Phật dùng lời từ hòa cảm hóa anh ta, còn chỉ cho anh ta rút lui theo đường khác, vì nếu anh theo đường cũ sẽ bị đám người kia giết đi để bịt đầu mối. Phật đã đoán biết âm mưu thâm độc của *Đề-bà-đạt-đa* là như vậy.

Việc ám sát Phật không thành. *Đề-bà-đạt-đa* lấy làm tức tối, muốn tự mình ra tay. Ông lên núp sẵn trên một triền núi, biết là mỗi buổi chiều Phật thường đi kinh hành trên con đường bên dưới đó.

Khi Phật đi ngang qua, *Đề-bà-đạt-đa* lăn một tảng đá lớn cho rơi xuống đường mà giết Phật. Nhưng ý đồ đó không thành, vì tảng đá ấy va vào một tảng đá khác nên vỡ ra và đổi hướng. Chỉ có một mảnh đá nhỏ rơi làm trầy ngón chân của Phật, chảy máu.

Chư tăng nghe tin này đều lo lắng và muốn tổ chức việc bảo vệ cho Phật. Nhưng Phật không cho, nói rằng:

"Không ai có thể hại được mạng sống của Như Lai, mọi người hãy an tâm."

Đề-bà-đạt-đa khi ấy nghĩ ra một âm mưu dữ tợn hơn nữa. Ông bàn với vua *A-xà-thế,* muốn dùng con voi dữ của vua để giết Phật. Vua thuận nghe theo.

Đề-bà-đạt-đa liền cho voi uống rượu say, đợi khi Phật đi khất thực trong thành thì thả voi ra để đạp chết Phật.

Khi voi dữ được thả ra ngay phía trước Phật, dân chúng trong thành đều khiếp sợ, chắc chắn là lần này Phật sẽ bị hại mạng rồi. Nhiều người đã bắt đầu than khóc bi thảm.

Ngay khi ấy, Phật vẫn thản nhiên tiến bước. Còn cách con voi một quãng ngắn, ngài bỗng cất lên một tiếng hú dài, tiếng hú của voi mẹ mà ngài học được ở khu rừng gần xứ *Câu-đàm-di* ngày trước. Nghe tiếng hú ấy, voi dữ bỗng trở nên hiền hậu, ngoan ngoãn, chạy đến quỳ trước Phật. Phật dùng tay xoa đầu nó. Voi cúi đầu xuống một lát rồi đứng dậy từ từ bỏ đi.

Cả thành *Vương-xá* đều kinh ngạc khi tận mắt chứng kiến cảnh ấy. Mọi người đều công nhận là chưa có bậc thầy nào có được những uy đức như Phật.

Đề-bà-đạt-đa thất bại lần này nữa thì hoàn toàn thất vọng, không còn biết làm cách nào để ám hại Phật nữa.

50. ĐỀ-BÀ-ĐẠT-ĐA BỊ KHAI TRỪ

Những hành động ngỗ nghịch của *Đề-bà-đạt-đa* quá lộ liễu và thấp hèn. Dân chúng trong thành đều lấy làm bất mãn, nhất là khi thấy ông này vẫn còn đắp y vàng như một thầy *tỳ-kheo* đệ tử Phật.

Biết được những điều dư luận ấy, Phật triệu tập tất cả các vị đệ tử lớn trong tăng đoàn để hỏi ý kiến về thái độ đối với những việc *Đề-bà-đạt-đa* đã làm.

Sau khi lấy ý kiến chung, Phật quyết định công bố việc khai trừ *Đề-bà-đạt-đa* ra khỏi giáo hội *Tăng-già*. Phật truyền cho đại đức *Xá-ly-phất* vào thành *Vương-xá* để công bố cho nhân dân đều biết việc *Đề-bà-đạt-đa* đã bị khai trừ khỏi giáo hội, và giáo hội hoàn toàn không chịu trách nhiệm về bất cứ hành động nào của *Đề-bà-đạt-đa* từ nay về sau.

Khi ấy, *Đề-bà-đạt-đa* biết việc thay quyền của Phật là chuyện ảo tưởng không sao làm được, ông liền chuyển hướng nghĩ đến việc chia rẽ *Tăng-già*.

Ông cấu kết với một số các *tỳ-kheo* nông cạn khác, kêu gọi thành lập một giáo đoàn mới do ông cầm đầu.

Để tạo ra động lực thu hút người theo mình, ông đặt ra năm điều giới luật mới, khắt khe hơn đối với tăng sĩ, và tuyên bố là nhờ vậy mà người tu sẽ mau chứng quả hơn. Những điều luật của ông là:

1. Vị tăng sĩ phải suốt đời cư trú ở trong rừng hoặc nơi vắng vẻ, không được ở trong các tu viện hoặc nhà cửa, phòng ốc.

2. Vị tăng sĩ chỉ sống đời khất thực hoàn toàn, không nhận các buổi lễ cúng dường của tín thí.

3. Vị tăng sĩ suốt đời chỉ được mặc áo vá bằng nhiều mảnh, không được nhận y phục do tín thí cúng dường.

4. Vị tăng sĩ chỉ được ngủ dưới gốc cây, không được ngủ trong xóm làng, thành phố hoặc trong nhà cửa, phòng ốc.

5. Vị tăng sĩ chỉ ăn chay hoàn toàn không dùng đến thịt cá trong bất cứ trường hợp nào.[1]

Đề-bà-đạt-đa ngầm tuyên truyền năm điều luật mới này, để nhằm thu hút những người nhẹ dạ, mới tu, vì họ cho rằng những điều ấy nghiêm nhặt hơn các giáo điều Phật đang áp dụng.

Nhưng đức Phật chỉ rõ rằng bất cứ ai muốn tu hành tinh tấn, phát nguyện thọ trì những điều luật nghiêm khắc hơn thì trong pháp Phật cũng đều sẵn có. Nhưng những điều như vậy không thích hợp để mang ra áp dụng cho toàn thể giáo hội *Tăng-già*.

---

[1] Vào thời đức Phật, khi mới truyền đạo, ngài có cho phép *tỳ-kheo* được dùng "tam tịnh nhục", tức là thứ thịt mà mình không thấy, không biết, không nghi ngờ người ta giết nó để đãi mình. Sở dĩ như vậy, là để phòng khi chư tăng đi khất thực ở những vùng Phật giáo mới truyền đến, dân chúng chưa biết việc ăn chay của chư tăng mà cúng dường các món ăn mặn thì có thể tạm thọ nhận.

Đề-bà-đạt-đa cũng lôi kéo được mấy trăm người nhẹ dạ tin theo ông, phần lớn là những vị vừa mới xuất gia, chưa được học hỏi gì nhiều.

Ông thành lập một giáo đoàn riêng, tự áp dụng những lễ nghi cho mình cũng giống như Phật.

51. CÁC VỊ TỲ-KHEO BỎ ĐỀ-BÀ-ĐẠT-ĐA

Đề-bà-đạt-đa thành lập được một giáo đoàn riêng thì lấy làm hài lòng lắm. Khi ấy, dân chúng trong thành *Vương-xá* lấy làm phiền lòng, vì mỗi khi thấy có vị nào khất thực, lại phải hỏi xem vị ấy thuộc giáo đoàn nào. Đa số dân chúng không muốn cúng dường cho những người theo *Đề-bà-đạt-đa.*

Một hôm, ngài *A-nan* đi khất thực gặp *Đề-bà-đạt-đa* trong thành. Ông này nói là kỳ *bố-tát* tới đây sẽ tách hẳn ra mà tổ chức riêng cho giáo đoàn của mình.

Các vị đệ tử lớn của Phật đều lấy làm phiền lòng về việc này. Hai đại đức *Xá-ly-phất* và *Mục-kiền-liên* liền xin với Phật đến chỗ *Đề-bà-đạt-đa* mà dẫn dắt các *tỳ-kheo* lầm lạc bên ấy về. Phật đồng ý.

Khi hai vị đến chỗ *Đề-bà-đạt-đa* thì ông này mừng lắm, nói với các đệ tử rằng hai đệ tử lớn nhất của Phật nay đã về theo ông. Ông lại mời hai vị thuyết pháp cho chúng *tỳ-kheo* nghe để tăng thêm uy tín cho mình.

Xá-ly-phất và *Mục-kiền-liên* nhận lời ở đó trong một tháng, ngày ngày thay nhau thuyết pháp cho chúng *tỳ-kheo* nghe. Các ngài giảng rõ ý nghĩa của một đời sống trong sạch là như thế nào, và các giáo lý căn bản như Tứ diệu đế với Bát chánh đạo. Ngoài ra, các vị không đá động gì đến việc phân chia giáo đoàn cả. *Đề-bà-đạt-đa* thấy vậy hài lòng lắm.

Qua một tháng, tất cả các vị *tỳ-kheo* ở đây đều hiểu hết được những chỗ pháp yếu.

Rồi một buổi sáng, hai vị đại đức tập trung tất cả *tỳ-kheo* lại nói lời từ biệt để ra đi. Các ngài nói:

"Này các vị! Hôm nay chúng tôi từ biệt các vị mà trở về nơi đức Phật đang thuyết pháp. Các vị nên biết rằng hiện nay chỉ có một bậc giác ngộ hoàn toàn duy nhất là đức Phật mà thôi. Phật là người truyền dạy tất cả những gì mà trong một tháng qua chúng tôi đã cố gắng truyền đạt cho các vị, và nhiều điều khác nữa. Chúng tôi trở về nơi ấy và chờ đợi các vị quay về, để cùng nhau nương tựa bóng từ bi của Phật, vì việc chia rẽ tăng đoàn là một điều xấu xa hoàn toàn đi ngược lại với những gì mà quý vị đã được giảng dạy."

Sáng hôm ấy, *Đề-bà-đạt-đa* không có mặt vì đang bận việc phải vào thành *Vương-xá*. Một thầy *tỳ-kheo* ủng hộ ông liền lên tiếng phản đối và thóa mạ hai vị đại đức bằng những lời phẫn nộ thấp hèn. Ông này không ngờ rằng chính hành động đó của ông đã giúp làm thức tỉnh hết thảy các *tỳ-kheo*, khi họ được chứng kiến cảnh ấy.

Hai vị đại đức lặng lẽ ôm bát ra về, không một lời cãi vã.

Quả nhiên, chỉ vài hôm sau, mấy trăm *tỳ-kheo* lần lượt bỏ *Đề-bà-đạt-đa* mà quay về nơi đức Phật.

Đề-bà-đạt-đa thất bại trong việc chia tách giáo hội, đâm ra buồn bã, chẳng bao lâu thì thành bệnh nặng.

Trong thời gian bệnh nặng không còn đi lại được nữa, ông mới thấy ân hận về những gì mình đã làm, nên nhờ hai vị *tỳ-kheo* khiêng ông đến chỗ Phật để ông sám hối trước khi chết.

Nhưng ông chết trên đường đi, chưa đến được chỗ Phật.

Ông sinh ra vốn là một người thông minh, có dũng khí và lắm tài nghệ. Hồi còn niên thiếu, ở hoàng thành ông chỉ thua mỗi mình Phật mà thôi. Vậy mà nay ông nhận kết cục bi thảm này, chỉ vì đã để cho sự tham lam và lòng kiêu mạn chế ngự, dẫn dắt.

52. ĐỨC PHẬT VỚI NGƯỜI CHỦ TRẠI

Một hôm, đức Phật ra khỏi thành *Vương-xá*, cùng đi có ngài *A-nan*.

Nhân khi ngồi nghỉ bên bờ ruộng, ngài nói với *A-nan* rằng:

"Này *A-nan*, những chúng sanh về sau này ắt sẽ có người lấy làm thắc mắc về việc ta giáng thế, sinh ra bởi một người đàn bà. Họ chẳng hiểu được rằng, ta sinh ra tinh khiết hoàn toàn.

"Tâm trí họ u ám, không hiểu rằng đối với đấng đã từng làm hết thảy những việc lành, thân thể tinh sạch nào có liên quan gì đến sự ô uế lúc sanh ra? Đấng sáng lập đạo lớn phải đầu thai sinh ra từ trong lòng một người đàn bà. Bởi vì, nếu có lòng từ bi đối với người trần, phải sanh ra ở cõi trần.

"Nếu hiện thân ra đã là tiên thánh, làm thế nào để chuyển bánh xe Pháp cho được? Nếu đức Phật từ nơi thiên giới hiện xuống, loài người hẳn phải nản lòng mà nghĩ rằng: 'Bởi ngài là thần thánh mới được minh mẫn, giác ngộ như vậy. Còn chúng ta là người cõi phàm, làm sao có thể tu chứng được như ngài?' Nghĩ vậy rồi họ sẽ nản chí, làm sao có thể tiến bước trên con đường đạo lý?"

Khi ấy có một người chủ trại chăn nuôi đi ngang qua đám ruộng. Người ấy có dáng vẻ thanh thản của những kẻ đã làm xong nhiệm vụ.

Đức Phật hỏi: "Này người kia, ông tên là gì?"

Người chủ trại chăn nuôi đáp: "Tôi tên là *Đa-ni-da*."[1]

Phật lại hỏi: "Giờ ông đi đâu thế?"

Người chủ trại chăn nuôi đáp: "Tôi đã làm xong mọi nhiệm vụ của mình. Giờ tôi về nhà để sum họp với vợ con."

Đức Phật nói: "Xem ông có vẻ hài lòng, hạnh phúc lắm. Nhờ đâu vậy?"

Ông *Đa-ni-da* đáp: "Tôi có sẵn cơm tự nấu lấy để ăn, có sữa tự vắt lấy để uống. Tôi sống với vợ con bên ven sông, nhà lợp kỹ, lửa đốt sáng, mặc tình trời có mưa thì mưa."[2]

Rồi ông hỏi lại đức Phật: "Tôi trông ngài cũng có vẻ hài lòng, hạnh phúc lắm. Nhờ đâu vậy?"

Phật đáp: "Ta không hờn giận, không luyến ái, lửa dục đã dập tắt từ lâu rồi, mặc tình ngày có qua thì qua."[3]

Người chủ trại chăn nuôi nói tiếp: "Dê tôi nuôi không bị muỗi mòng, bò tôi nuôi tha hồ chơi đùa trên đồng cỏ, chẳng sợ giông bão, mặc tình trời có mưa thì mưa."

---

[1] Tiếng Phạn là Dhaniya.

[2] Ý ông này muốn nói là, mình không cần quan tâm đến những chuyển biến của thời tiết, mưa nắng, vì mọi việc đều đã thuận lợi cả rồi.

[3] Ý Phật đáp lại là, vì tâm ý đã giải thoát nên ngài không cần quan tâm đến thời gian trôi qua.

Phật nói: "Chiếc bè chắc chắn ta đã kết xong, nương theo nó mà đến chỗ *Niết-bàn*. Sông mê ta lướt khỏi, đã đến bờ an lành, ta không cần bè nữa, mặc tình ngày có qua thì qua."

Ông *Đa-ni-da* nói tiếp: "Vợ tôi rất thùy my, hiền lành. Gia đình cùng nhau êm ấm đã lâu, không hề có tiếng giềm pha của láng giềng, mặc tình trời có mưa thì mưa."

Phật nói: "Tâm ý chiều theo ta, ta chế ngự tâm đã lâu rồi. Tâm rất an ổn, không còn gì xấu xa trong ta, mặc tình ngày có qua thì qua."

Ông *Đa-ni-da* lại nói: "Những người giúp việc tự tôi cấp phát lương tiền, con cái tự tôi lo nuôi ăn uống, không ai phiền trách con tôi, mặc tình trời có mưa thì mưa."

Phật nói: "Không ai phiền ta, ta không phiền ai. Dù có rất ít cũng đủ ngao du khắp thiên hạ. Ta không màng đến tôi tớ làm gì, mặc tình ngày có qua thì qua."

Người chủ trại nói tiếp: "Bò cái tôi có, bò con tôi có, tôi lại có một con chó để chăn mấy con bò cái, mặc tình trời có mưa thì mưa."

Phật nói: "Ta không có bò cái, chẳng có bò con, ta cũng không có chó để giữ gìn, mặc tình ngày có qua thì qua."

Sau khi đối đáp như vậy, ông *Đa-ni-da* lấy làm ngạc nhiên trước những điều mà đức Phật trình bày như là nguyên nhân hạnh phúc của ngài. Ông liền nói:

“Bạch ngài, người đời ai có con thấy con thì vui, ai có bò thấy bò thì mừng. Vật chất làm vui lòng người, ai không có vật chất thì lấy chi mà vui?”

Đức Phật đáp:

“Không phải vậy. Ngươi hãy nghe cho kỹ điều này. Ai có con thấy con thì lo. Ai có bò thấy bò thì lo. Vật chất làm người lo lắng. Ai không có vật chất, thì khỏi lo lắng chi cả.”

Khi ấy, ông *Đa-ni-da* chợt hiểu, liền đảnh lễ đức Phật và thưa thỉnh rằng:

“Nhà tôi gần đây, xin thỉnh ngài ghé qua để gia đình tôi được cúng dường.”

Phật nhận lời.

Mọi người vừa bước chân vào nhà thì trời cũng vừa đổ mưa rất lớn.

53. BỮA CƠM CUỐI CÙNG

Khi Phật gần nhập *Niết-bàn*, ngài và chư vị đệ tử đang du hành qua xứ *Bá-hoa*,[1] vừa đến vườn cây của ông thợ rèn *Thuần-đà*.[2] Chủ nhà ra lạy chào và thỉnh Phật hôm sau đến để cúng dường một bữa cơm.

Phật nhận lời. Qua hôm sau, ông thợ rèn đón rước Phật với chư *tỳ-kheo* rất trang trọng. Ông dọn cơm có món nấm rất quí.[3] Đức Phật lấy tay chỉ món nấm ấy và nói rằng: "Ngoài ta ra, không ai được ăn thức ăn nầy."

Ngài ăn xong, lại bảo rằng:

"Món nấm ta ăn còn dư, hãy chôn sâu xuống đất. Chỉ có Phật mới có thể ăn món ấy thôi."

Rồi ngài ra đi, chư *tỳ-kheo* theo sau. Được một quãng xa, ngài bảo trong người đang mỏi mệt, có bệnh. Ngài *A-nan* hiểu chuyện, có ý buồn trách người thợ rèn dọn cơm cúng Phật có món nấm độc.

Đức Phật nói:

"*A-nan* không nên phiền trách người thợ rèn. Người ấy cúng dường ta một bữa ăn, về sau sẽ hưởng phước rất lớn. Ngươi nên biết rằng, trong các bữa ăn cúng dường cho chư Phật, có hai bữa ăn được công đức lớn hơn hết:

---

[1] Tiếng Phạn là Pāvā.

[2] Tiếng Phạn là Counda.

[3] Cùng một danh từ trong tiếng Phạn mang hai nghĩa: 1. thịt heo 2. nấm. Có lẽ hiểu là nấm thì đúng hơn.

một là bữa ăn Phật dùng khi sắp thành đạo, hai là bữa ăn Phật dùng khi sắp nhập *Niết-bàn.*"

Bữa ăn mà ông thợ rèn *Thuần-đà* cúng dường chính là bữa ăn cuối cùng Phật dùng trước khi nhập *Niết-bàn.*

54. PHẬT NHẬP NIẾT BÀN

Tuy mệt mỏi, Phật vẫn đi cùng các vị *tỳ-kheo* đến bờ sông *Ca-quốc-thá*.[1]

Nước dưới sông này trong vắt, chảy chậm. Đức Phật xuống sông tắm. Tắm xong, ngài uống nước và đi đến một cụm rừng xoài. Rồi ngài bảo *tỳ-kheo Cung-đa-ca*[2] rằng:

"Ngươi hãy xếp áo ta lại làm tư để ta nằm lên mà nghỉ."

Tỳ-kheo Cung-đa-ca vâng theo lời Phật. Người liền trải áo ra và xếp lại làm tư.

Phật nằm lên đó mà nghỉ, ông *Cung-đa-ca* ngồi bên. Qua vài giờ sau, Đức Phật lại dậy đi nữa. Đến xứ *Câu-thi-na*, gần bờ sông, trước một cụm rừng xanh tốt và yên vắng, Phật bảo ngài *A-nan*:

"Ngươi đi tìm chỗ có hai cây *sa-la* mọc sóng đôi, dọn một chỗ nằm quay đầu về hướng bắc. Ta có bịnh."

A-nan vâng theo, tìm được một chỗ có hai cây *sa-la*, mỗi cây đều mọc lên hai thân sóng đôi rất đẹp. Đức Phật đến đó nằm.

---

[1] Tiếng Phạn là Kakoutsthơ.

[2] Tiếng Phạn là Coundaka.

Bấy giờ không phải là mùa hoa *sa-la* nở, nhưng hai cây che cho Phật đều có hoa. Hoa rụng lên chỗ ngài nằm, tỏa hương thơm ngát.

Đức Phật bảo *A-nan* rằng:

"Này *A-nan*! Dù không phải là mùa hoa, nhưng hai cây này cũng nở hoa và rụng trên mình ta, tỏa hương thơm ngát. Ấy là để ca ngợi, tôn trọng ta đó. Song có một sự tôn trọng cao quý và bền bỉ hơn nhiều. Ấy là việc chư *tỳ-kheo*, *tỳ-kheo ni*, thiện nam, tín nữ đều thấu hiểu chân lý ta đã truyền dạy và sống theo đạo hạnh. Ấy là cách kính trọng, thờ phụng chư Phật cao quý hơn hết.

"*A-nan*! Nên sống theo đạo hạnh, dù đối với những việc rất nhỏ nhặt ở đời cũng đừng bao giờ khinh suất mà xa rời đạo hạnh."[1]

Ngài *A-nan* không cầm lòng được, vội bước ra ngoài để giấu nước mắt. Ông suy nghĩ rằng:

"Ta nhận mình vẫn chưa tỉnh ngộ, chưa hết sự lầm lạc. Ta chưa đạt đến mục đích tối thượng, mà nay Phật đã sớm nhập *Niết-bàn*."

Phật biết ý nghĩ ấy, gọi *A-nan* lại, bảo rằng:

"Ngươi chớ than khóc, phiền muộn, cũng đừng chán nản, thối chí. Hãy nhớ lời ta đây: những người yêu quý nhất ở đời, cũng không thể nào tránh khỏi lúc biệt ly.

---

[1] Tức là Bát chánh đạo

Có sinh là có tử, những gì đã có rồi đều phải mất. Ngươi theo phụng sự ta đã lâu, ta cũng yêu quý ngươi lắm. Tâm ý, lời nói cùng hành động của ngươi luôn chân thành, ngay thẳng. Ngươi hãy gắng mà đi theo đường lành, thì những sự lầm lỗi trước sẽ dần tiêu tan đi vậy."

Trời tối dần. Dân chúng trong thành *Câu-thi-na* nghe tin đức Phật đang nghỉ ở chỗ hai cây *sa-la* song đôi, bèn kéo đến lạy chào.

Có một ông lão tên là *Tu-bạt-đà-la,*[1] đã hơn trăm tuổi, đến xin được gặp Phật. Từ xưa nay ông đi tìm học khắp nơi mà đến giờ vẫn chưa quyết định được nên tu theo đạo nào. Ngài *A-nan* thấy Phật đang mệt nên không muốn cho ông đến gặp, liền ngăn lại từ xa.

Phật biết điều đó, gọi *A-nan* đến và bảo cho ông lão ấy vào. Ông vào lễ Phật, hỏi việc tu tập. Phật liền thuyết pháp cho ông nghe. Nghe xong, ông quỳ lạy xin Phật nhận ông làm đệ tử. Phật đồng ý và chỉ rõ cách tu tập, tham thiền cho ông. Ông trở thành vị đệ tử sau cùng của Phật.

Ông lão lễ tạ, đi ra rừng cây gần đó tìm chỗ mà tham thiền. Ông nỗ lực hết sức và chứng quả *A-la-hán* ngay trong đêm đó, trước khi Phật nhập diệt.

---

[1] Tiếng Phạn là Soubhadra.

Hôm ấy tối trời.[1] *A-nan* đến ngồi gần Phật, đức Phật lại bảo *A-nan* rằng:

"*A-nan!* Đừng tưởng rằng sau khi ta nhập diệt rồi thì không ai có thể được hóa độ. Nên biết rằng đạo lý ta truyền dạy hãy còn đó. Sau khi ta nhập diệt, các ngươi nên hết lòng noi theo đạo lý ấy mà tu tập."

Rồi ngài nói: "Chư *tỳ-kheo!* Có sanh tất có diệt. Các ngươi phải hiểu được điều ấy, sau khi ta nhập diệt đừng đem lòng bi lụy, buồn thảm."

Nói xong lời ấy, ngài thản nhiên mà nhập *Niết-bàn.*

Hôm sau, mặt trời vừa mọc, công chúng trong thành *Câu-thi-na* cùng nhau xây một cái tháp cao mà thờ kính Phật. Lễ trà-tỳ được tổ chức rất long trọng.

Theo lời Phật truyền lại, quyền điều hành giáo hội được giao về ngài *Ca-diếp.*[2] Ngài là tổ sư đầu tiên trong giáo hội *Tăng-già.* Tiếp sau ngài *Ca-diếp*, ngài *A-nan*[3] làm tổ sư thứ hai. Lần lượt truyền cho đến ngài *Bồ-đề-đạt-ma*[4] là tổ sư thứ hai mươi tám ở Ấn Độ.

Ngài *Bồ-đề*-đạt-ma sang truyền đạo ở Trung Quốc, làm Tổ sư thứ nhất của Thiền Trung Hoa.

---

[1] Tất cả những sự kiện lớn trong đời Phật đều rơi vào những đêm trăng tròn, như đản sinh, xuất gia, thành đạo... Nhưng chỉ riêng ngày nhập diệt là vào một đêm tối trời.

[2] Tiếng Phạn là Kacypa.

[3] Tiếng Phạn là Ananda.

[4] Tiếng Phạn là Bodhidharma.

MỤC LỤC

HỒI THỨ NHẤT

HỒI THỨ NHÌ

HỒI THỨ BA

www.ingramcontent.com/pod-product-compliance
Lightning Source LLC
Chambersburg PA
CBHW031257160726
47993CB00001B/200